அறல்

அறல்

ராஜேஷ் வைரபாண்டியன்

எழுத்து பிரசுரம்

Title: Aral
Author's Name: Rajesh Vairapandian

Published by Ezutthu Prachuram

Ezutthu Prachuram
(An imprint of Zero Degree Publishing)
No. 55(7), R Block, 6th Avenue,
Anna Nagar,
Chennai - 600 040

Website: www.zerodegreepublishing.com
E Mail id: zerodegreepublishing@gmail.com
Phone : 89250 61999

Ezutthu Prachuram First Edition: January 2024
ISBN: 978-93-95511-56-8
TITLE NO EP: 486

Cover Design: Lark baskaran
Layout: Vijayan, Creative Studio

சமர்ப்பணம்

நிறைய சாளரங்கள் உள்ள வீட்டில்
சிட்டுக்குருவிகள் வசிக்கின்றன.
அவ்வீட்டின் பெண்கள் குருவிகளுடன்
சினேகிக்கிறார்கள்.
ஓர் இரவில்,

மூத்த சகோதரி சிட்டுக் குருவியின் கூட்டிற்குள்
தலையாட்டும் சிறுகுஞ்சாகிறாள்.
இரண்டாமவள்-தாய்க்குருவியாகி அதற்கு
உணவளிக்கிறாள்.
பெற்றவள் அதன் கூடாக உருமாறி
கதகதப்பூட்டுகிறாள்.

இந்தப் பிரபஞ்சத்தின் சாளரங்களெங்கும்
பேரன்பைச் சுமந்தபடி பறவைகளாய் பறந்து
கொண்டிருக்கும் பெண்களுக்கு.

நன்றி

நடுகல்
ஆனந்த விகடன்
தமிழ்வெளி
வாசகசாலை
யாவரும்
கலகம்
சொல்வனம்
உதிரிகள்
கவிதைக்காரன் இளங்கோ
ஜெகதீசன் நடராஜன்
உயிர்மை

பொருளடக்கம்

கொண்டலாத்தி

“யழவு எப்பவும் பயலுககூட கெடந்துட்டு இப்படித் தனியா கெடந்தா கோட்டி பிடிச்சுத்தான் சாவணும் போல...”

அடிக்கடி புலம்புவான். ஆனாலும் வேறு வழியில்லை. பி.பி. ராஜன் கல்லூரியில் இளங்கலை இரண்டாம் ஆண்டு படிக்கிறான். பி.பி.ராஜன் என்று சொல்லக்கூடாது பட்டத்து பழனிராஜன் என்று சொன்னால்தான் அவனுக்குப் பிடிக்கும். அன்று காலை விழித்தவுடனே கல்லூரியின் பின்னாலிருக்கும் மரங்கள் அடர்ந்த இடத்திற்குப் போய் பருத்த மரத்தடியொன்றில் சாய்ந்து உட்கார்ந்துகொண்டான். ஐம்பது அறுபது வேப்பமரங்களாவது இருக்கும்.

கல்லூரி விடுதியில்தான் தங்கியிருந்தான். பி.பி.ஆரின் அறை எண் இருபது. மூன்று படுக்கைகள் கொண்ட அறையில் அவன் மட்டும்தானிருந்தான். மற்ற இருவரும் செமஸ்டர் விடுமுறை என்பதால் ஊருக்குப் போய்விட்டார்கள்.

விடுமுறைக்கு ஊருக்கு போய் வருவதற்குப் பதில் இங்கே இப்படி மரத்தடியில் உட்கார்ந்து எத்தனை கருங்குயில் வருகிறது எத்தனை செம்போத்து வருகிறது என்பதை எண்ணிக்கொண்டிருக்கலாம் என்று நினைப்பான். அவனுக்கு வீட்டின் நினைவு வந்தவுடன்

போனமுறை செமஸ்டர் விடுமுறைக்கு ஊருக்குப் போனதுதான் ஞாபகத்தில் முள்ளாய் குத்தியது.

வாசலைத் திறந்து முற்றம் கடந்து வீட்டுக்கதவைத் திறந்துகொண்டு உள்ளே போனான்.

“எப்பப் பாரு கதவ தொறந்து போட்டுட்டு போறதே இவியளுக்கு சோலியாப் போச்சு... யம்மே யப்பா எங்க இருக்கிய?”

கேட்டுக்கொண்டே வீட்டின் புறவாசல் கதவைத் திறந்து வளவுக்குப் போனான். அந்த வளவில்தான் அவனுகுப் பிடித்த சிவப்புக்கொய்யா மரமும் அரைநெல்லி மரமும் இருந்தன. அங்கேயும் யாருமில்லை. குழப்பத்துடன் முன்வாசலுக்கு வந்தவன் எங்கே போயிருப்பார்கள் என்று யோசித்தபடி நின்றிருக்கும்போதுதான் யாரோ வாசற்கதவருகே நின்று கூப்பிடும் சத்தம் கேட்டது. வாசலுக்கு வந்து கதவைத் திறந்தவன் இடுப்பில் குழந்தையுடன் நின்றிருந்த ஆழிநங்கையைப் பார்த்ததும் ஒரு கணம் தடுமாறினான்.

அவன் ஒன்பதாவது படிக்கும்போது சற்றுத் தள்ளியிருக்கும் பெண்கள் மேல்நிலைப்பள்ளியில் பதினொராவது வகுப்பு படித்துக்கொண்டிருந்தாள் ஆழிநங்கை. பள்ளி முடிந்து சைக்கிளில் வீடு திரும்பும்போதெல்லாம் நடந்துபோகும் அவளைக் கடந்து செல்வது வாடிக்கை. அந்த ஒரு நொடி மட்டும் இதயம் வேகமாய் அடித்துக்கொள்ளும். ஒருநாளாவது அவளிடம் பேசிவிட வேண்டும் என்று உள்ளுக்குள் நினைத்துக்கொண்டு பலமுறை அவள் வீட்டிற்கு முந்தைய திருப்பத்திலிருக்கும் ஆலமரத்தடியில் நின்றிருக்கிறான். அவள் அருகில் வர வர நாக்கு வறண்டு பேச்சும் வராது, பார்வையும் எங்கோ திருப்பிக்கொண்டுவிடும். அவள் தன்னைக் கடந்து செல்கையில் ஒருவித வாசனை நாசியைத் துளைக்கும். ‘ஏ யெப்பா என்னத்த போட்டுக் குளிப்பாளோ வாசம் இப்படி அடிக்கி’ என்று நினைத்துக்கொள்வான்.

எவ்வளவோ முயன்றும் அந்த வாசனைக்கான சோப்பு அல்லது வாசனைத் திரவியம் எதுவென்றே அவனால் கண்டுபிடிக்க முடியவில்லை. சேக்காளி ஒப்பிலாமணியிடம் ஆழிநங்கையின் வாசனையைப் பற்றி ஒருமுறை வாய்தவறிச் சொல்லிவிட்டான்.

“யோல ஒப்பி... நானுந் தெனமும் பாக்குதேன்... ஆழி என்னைத் தாண்டிப்போறப்ப எல்லாம் ஏதோ ஒரு வாசம் வருது பாத்துக்க. ஆனா என்னன்னுதான் தெரியமாட்டிக்கி. என்ன சோப்புதான் போடுதாளோ!”

“என்னது வாசம் வருதா? எலேய் அப்ப அவ கொண்டலாத்தி யட்சிதாம்ல.. அவ வீடு வேற கல்லறத்தோட்டத்துக்குப் போற வழியிலல்லா இருக்கி. சந்தேகமேயில்ல.”

சற்றுப் பதற்றம் கலந்த குரலில் ஒப்பிலாமணி சொன்னது பி.பி. ஆருக்கு அச்சத்தை உண்டு பண்ணியது.

“என்னம்ல சொல்லுத கொண்டலாத்தி யட்சியா அதாரு? நாங்கேள்விப்பட்டதில்லயே” புருவம் உயரக் கேட்டான் பி.பி.ஆர்.

“எங்க ஆச்சிதான் அடிக்கடி சொல்லுவாவ பழனி... நானூறு வருசத்துக்கு மின்னாடி இந்த ஊர்ல கூத்தியா வச்சிருந்தவன் எல்லாரும் வரிசையா ரத்தங் கக்கிச் செத்தானுவளாம்... காரணம் என்னன்னு நெனைக்க? கொண்டலாத்தி யட்சிதான் படி தாண்டுனவன் எல்லாத்தையும் ராவோடு ராவா கூடியே கொன்னுப்புடுவாளாம். அப்படிச் சிக்கினவனுல ஒருத்தன் சாவறதுக்கு மின்னாடி ஏதோ ஒரு வாசனை வந்த திசைக்கு தான் போனதாவும் அங்கதான் கொண்டலாத்தி அவனைக் கவர்ந்துட்டு போயி வாய்க்காலு பக்கத்துல ஒரு பெரிய ஆலமரம் இருந்துச்சாம் அங்க வச்சிக் கூடிட்டு கழுத்தைப் புடிச்சுத் தள்ளிட்டு படாருன்னு எக்கி வானத்துல பறந்து மறஞ்சிட்டாளாம். வீட்டுக்கு வந்தவன் ரத்தவாந்தி எடுத்திருக்கான். இப்படிப் பல கத ஆச்சி சொல்லுவாவ. நீயும் வாசனை வந்துச்சுங்க. நீ அவளுக்குக் காத்து நிக்கிற இடத்துல வேற ஒரு ஆலமரம் இருக்குல்லா... சந்தேகமே வேண்டாம்ல அந்தக் கொண்டலாத்தி யட்சிதான் திரும்ப வந்திருக்கா.”

கடகடவென்று சொல்லிவிட்டு மேல்மூச்சு கீழ்மூச்சு வாங்கினான் ஒப்பிலாமணி.

‘யம்மாடியோவ் இனி சந்தங்காட்டாம இருந்துக்கணும். நல்ல வேள அந்தக் கொண்டலாத்தி நம்மள ஒண்ணும் பண்ணல’ என்று அப்போது நினைத்துக்கொண்டான்.

ஆழிநங்கை பள்ளிப்படிப்பை முடித்ததும் திருமணம் முடிந்து வேறு ஊருக்குப் போய்விட்டாள். கடைசிவரை அவளிடம் பேசமுடியாமல் போனதே என்கிற வருத்தத்தில் பல இரவுகள் உறங்காமல் புரண்டான். ஒப்பிலாமணி சொன்னது கட்டுக்கதையாக இருக்குமோ என்றும் சந்தேகமாக இருந்தது. எது எப்படியோ அவள் ஊரைவிட்டே போய்விட்டாள் என்கிற நிம்மதியில் இருந்தான். ஆனால், அவள் போன பின்பும் அந்த வாசனை மட்டும் அவனிடமே தங்கிவிட்டது.

இதோ இப்போது அவன் முன் நிற்கிறாள்.

“ஏ பழனி என்ன நாஞ்சொன்னது, காதுல விழுந்துச்சா... பேயக் கண்டது மாரில்லா நிக்க.”

சொல்லிவிட்டு இடுப்பிலிருந்த குழந்தையைக் கீழே இறக்கிவிட்டாள். அது அங்கிருந்த செண்டு செடிக்கு ஓடிச்சென்று ஒரு பூவைக் கொய்தது.

“ஏ செத்த நேரம் சேட்ட பண்ணாம இருக்கியா. இடுப்புல இருந்து எறங்கின ஒடனே சேட்டைய ஆரம்பிச்சுடுத. ஒழுங்கா இருக்கணும் செரியா?”

அவளது அதட்டலை அந்தப் பெண் குழந்தை கண்டுகொள்ளவே இல்லை.

“நீ... நீங்க ஆழிநங்கைதான?” தடுமாற்றத்துடன் கேட்டான் பிபிஆர்.

“இல்ல நா அவ தங்கச்சி” சொல்லிவிட்டு சத்தமிட்டு சிரித்தாள்.

“பாத்து ரொம்ப வருசம் ஆச்சில்லா... அதாங் கேட்டன்.”

“நா ஆழிநங்கைதான். எம்மவளுக்கு தடுமன் பிடிச்சுக்கிச்சு. ஓங்க வீட்ல தூதுவளை இருக்குன்னு எங்க அம்ம சொன்னாவ. அதான் கொஞ்சம் ஆஞ்சுட்டு போலாமின்னு வந்தன்.”

“ஓ செரி செரி.. வளவுலதான் செடி இருக்கு நீங்க போயி ஆஞ்சுகிடுங்க. எங்க அம்மைய காணோம். எதுத்த தோட்டத்துல ஆட்டுக்கு புல்லறுக்கப் போயிருக்காவளான்னு பாத்துட்டு வாரேன்...”

சொல்லிவிட்டு வீட்டைவிட்டு வெளியே வந்து எதிர்த் தோட்டத்தில் அம்மா நிற்கிறாளா எனத் தேடினான். அங்கே

தண்ணீர் பாய்த்துக்கொண்டிருந்த சுடலைமுத்து அண்ணனிடம் விசாரித்தான்.

"ஆமாடே தோட்டத்துக்கு உள்ளதான் நிக்காவ. நா போயி அனுப்பிவிடுதேன்."

"செரிண்ணே... நா வீட்டுக்குப் போறேன்"

வீட்டிற்குத் திரும்பி வளவுப்பக்கம் போய் பார்த்தான். அங்கே ஆழிநங்கையைக் காணவில்லை.

"அதுக்குள்ள ஆஞ்சுட்டு போயிட்டாளே" என்று நினைத்தபடி நின்றவன், அம்மையின் குரல் கேட்டுத் திரும்பினான். இடுப்பில் பனையோலைப் பெட்டி நிறைய புல்லுடன் நின்றிருந்தாள்.

"யய்யா எப்ப வந்த? இன்னிக்கு உச்சிக்குதான் வருவேன்னு ஐயா சொன்னாவ. சீக்கிரமா வந்துட்ட போல!"

"ஆமாம்மே மொத பஸ்ஸுக்கே வந்துட்டன்."

அம்மாவிடம் பேசிக்கொண்டே பெட்டியை இறக்கி ஆட்டுக்காடியில் கொண்டுபோய் வைத்துவிட்டுத் திரும்பினான். காடியில் கட்டியிருந்த ஆடுகள் புற்களைப் பார்த்ததும் நிலைகொள்ளாமல் கத்தின. இரண்டு ஆட்டுக்குட்டிகள் ஓடிச்சென்று புற்களைத் தின்ன முயற்சித்தன.

"யய்யா ஒனக்குப் புடிச்ச வாள மீனு புட்டு செஞ்சித் தாரேன். நீ மொத குளிச்சிட்டு வா..."

"சரிம்மே... ஆழிநங்கை தெரியுமில்லா... மேலத்தெருல ஆத்திமுத்து அண்ணாச்சி இருக்காவல்லா அவிய மொவ. இப்பதான் வந்துட்டுப் போறா."

"ஆமா தெரியும்ப்பு. அவ அம்ம அம்மங்கோயிலுக்கு எங்கூடத்தான் வருவா. செரி எதுக்கு வந்துட்டுப் போறா?"

"அவ புள்ளைக்கு தடுமனாம். தூதுவளை வேணுமின்னு கேட்டு வந்தாம்மே."

சரியென்று சொல்லிவிட்டு அடுப்பங்கரைக்குள் போய்விட்டாள்.

குளிப்பதற்காக வீட்டின் பின்புறமிருக்கும் கிணற்றடிக்குச் சென்று சட்டையைக் கழற்றும்போது அந்த வாசனை அவனைச்

சூழ்ந்துகொண்டது. அதே வாசனை. ஒப்பிலாமணி சொன்னது உண்மையாகத்தானிருக்கும் என்று நம்பத் தொடங்கியதும் அந்த நாளிலிருந்துதான்.

மறுநாள் மீன் சந்தையில் வைத்துதான் ஆழிநங்கையை மீண்டும் பார்த்தான். சாளை மீன்களைப் பொறுக்கிக்கொண்டிருந்தவள் நிமிர்ந்தபோது இவன் பார்ப்பதைக் கண்டுகொண்டாள். சந்தை என்பதால் காணாதது போல் மீனை வாங்கிக்கொண்டு போய்விட்டாள். இவன் சைக்கிளை நிறுத்திவிட்டு ஒவ்வொரு மீன் கடையாகப் பார்த்துக்கொண்டே வந்தவன் ஊளி மீன்களில் நான்கை வாங்கிக்கொண்டு சைக்கிளுக்குத் திரும்ப முயற்சித்தபோது மீண்டும் அதே வாசனை. மீன் கவுச்சிக்கு மத்தியில் எப்படி அந்த வாசனை இவ்வளவு அடர்த்தியாக வீசுகிறது என்று குழம்பினான். ஆழிநங்கை சந்தேகமேயில்லாமல் அந்தக் கொண்டலத்தி யட்சியாகத்தானிருக்க வேண்டும் என்று யோசித்தபடி வீட்டிற்கு வந்தான்.

“யம்மே யட்சிக நெசமாவே இருக்கா இல்லாட்டி எல்லாங் கட்டுக்கதயா?”

அம்மியரைத்துக்கொண்டிருந்த அம்மாவின் அருகில் சென்று ஒரு தேங்காய்த் துண்டை எடுத்து வாயில் போட்டுக்கொண்டு சமயற்திண்டில் எம்பி உட்கார்ந்தபடியே கேட்டான்.

“யட்சிக இல்லாம இருக்குமா... நம்ம குரும்பூர் காசிப்பழம் அண்ணாச்சி இருக்காவல்லா... கொஞ்ச வருசம் தாடியும் கீடியுமா இமயமலைக்கெல்லாம் போயி சுத்திட்டு வந்தாவ. அங்க ஒரு மலையடிவாரத்துல கந்தவர்கள்னு தேவர்களாம்... அவியள பாத்தேன்னு சொன்னாவ. அப்ப ஏதோவொரு வாசனை வந்துச்சாம் பாத்துக்க... ஆளே சொக்கிப்போயி நின்னுட்டாவளாம். அதே மாரிதான் யட்சி வந்தா வாசனையும் ஆளச் சாய்ச்சிப்பிடும்ன்னு கேள்விப்பட்டிருக்கேன். திடீர்னு என்னத்துக்கு யட்சிய பத்திக் கேக்குத?”

அம்மிக்கல்லை நேராக நிமிர்த்தி வைத்து அதில் ஒட்டியிருக்கும் தேங்காய்த் துவையலை வழித்தெடுத்துப் பக்கத்திலிருக்கும் பாத்திரத்தின் உள்விளிம்பில் தேய்த்தபடியே சொல்லி முடித்தாள்.

“யம்மே நீ சொல்லுறது சரிதான். எனக்கும் வாசனை தெரிஞ்சிச்சி.”

திண்டிலிருந்து குதித்தவன் சற்று சத்தமாகவே சொல்லிவிட்டான்.

“என்னய்யா சொல்லுத... நீ எங்க யட்சிய பாத்த வாசனை வாரதுக்கு?”

“ஆழிநங்கைதாம்மே அந்த யட்சி. அவ வரும்போதும் போவும்போதும் வாசனை வருதுல்லா!”

“யாரு ஒக்கல்ல புள்ளைய தூக்கி வச்சிக்கிட்டு வருவாளே அவளா? அவ யட்சியுமில்ல ஒண்ணுமில்லப்பு. நீ மொட்டைத்தலைக்கும் மொழங்காலுக்கும் முடிச்சுப் போடாதே.”

“அதெப்படிமே சொல்லுதிய? நான் பள்ளிக்கூடம் படிக்குற காலத்துல இருந்தே பாக்கேன்... அவ வந்தாலே வாசமும் பொறத்தாலயே வந்துருது, எனக்குச் சந்தேகமே இல்ல... அவதான் அந்தக் கொண்டலாத்தி யட்சிமே!”

தீர்க்கமாகச் சொல்லும் மகனை ஆச்சர்யத்துடனும் நம்ப முடியாமலும் பார்த்துக்கொண்டு நின்றாள் அம்மா.

ஆழிநங்கை இரண்டு நாட்கள் கழித்து மீண்டும் பி.பி.ஆரின் வீட்டிற்கு தூதுவளை இலை கேட்டு வந்தாள். இப்போது குழந்தையை வீட்டிலேயே விட்டுவிட்டு வந்திருந்தாள். அம்மாதான் இலைகளைச் கொய்து அவளுக்குக் கொடுத்தாள். கொடுக்கும்போது ஏதாவது வாசனை வருகிறதா என்பதை முகர்ந்து பார்க்கும் முனைப்புடன் அம்மா மூக்கை உறிஞ்சிக்கொண்டிருந்தாள். பி.பி.ஆர். தள்ளி நின்றுகொண்டான்.

“யக்கா என்ன நீங்களும் மூக்கை உறிஞ்சிக்கிட்டு இருக்கிய? ஒங்களுக்கும் தடுமன் பிடிச்சிக்கிடுச்சா?”

ஆழிநங்கை கேட்டபோது, அம்மா அதெல்லாம் ஒன்றுமில்லை எனச் சொல்லிவிட்டு வளவுக்குள் போய்விட்டாள். பி.பி.ஆர் ஆழிநங்கையின் அருகே வந்தான். அவனுக்கு இன்று எப்படியாவது கேட்டுவிட வேண்டும் என மனதிற்குள் உறுத்திக்கொண்டே இருந்தது.

“ஆழி... அதென்ன ஒங்ககிட்ட வந்தவுடனே ஒரு வாசனை வருது?”

படாரென்று கேட்டுவிட்டான். அவளது முகத்தில் எவ்வித மாற்றமுமில்லை.

“இத கேக்க இத்தன வருசமா பழனி?”

அப்போது அவளது முகத்தில் மெதுவாக ஒருவித சோகம் படர்வதைக் கவனித்தான்.

“இல்ல நேத்து மீன் கவுச்சிக்கு எடயிலயும் அந்த வாசம் வந்துச்சு அதாங் கேட்டேன்.”

“என்னியப் பாக்க ஆலமரத்தடியில ரெண்டு வருசமா தெனமும் நின்னியே அப்ப கேட்டிருக்கலாமுல்ல?”

சொன்னவள் அவனருகே வந்து சடாரென்று அவனை இழுத்தணைத்துப் பின்னகர்ந்து வேகமாக வாசலுக்குச் சென்று தெருவில் இறங்கிப் போய்விட்டாள். அவன் நிலைகுலைந்து அருகிலிருக்கும் வேப்பமரத்தில் சாய்ந்து நின்றான். நெஞ்சு வேகமாக அடித்துக்கொண்டது.

அந்த மரத்திலிருந்து கொண்டலாத்திக் குருவியொன்று இரண்டு முறை சத்தமாகக் கத்தியது. அன்று முதல் அவனுக்கு எவ்வித வாசனையும் பிடிபடுவதேயில்லை.

★

சின்னக்கிளி குட்டியப்பன்

ஆச்சி பேசுவதே அபூர்வம்.

அவளுக்கென இருக்கும் நார்க்கட்டிலை மாட்டுக்காடிக்கு அருகே போட்டுக்கொண்டு அதில்தான் முழுநேரமும் கிடப்பாள். கன்னுக்குட்டியைக் கட்டியிருக்கும் இடத்திற்கு அருகிலேயே பஞ்சாரம் இருக்கும். பசுமாட்டையும் கன்னுக்குட்டியையும் எந்நேரமும் பார்த்துக்கொண்டிருப்பாள். பழுப்பும் வெண்மையும் கலந்த கோழிக்குஞ்சுகள் தாய்க்கோழியுடன் மேய்ந்துவிட்டு கருக்கலில் பஞ்சாரத்தின் அருகில் வந்து சூழ்ந்து நின்றுகொள்ளும். பெயர்த்தி இருவாட்சிதான் குருணையை பஞ்சாரத்தின் அருகே தினம் இருமுறை தூவி விடுவாள். குஞ்சுகள் தின்றது போக மிச்சமிருக்கும் குருணையைக் கொத்துவதற்காகச் சில சமயங்களில் அண்டங்காக்கையொன்று தத்தித் தத்தி வரும்.

குருணையைக் கொத்திக்கொண்டே எப்பொழுதாவது கன்னுக்குட்டிக்கு அருகே காகம் சென்றுவிட்டால் உடனே ஆச்சி கட்டிலில் சாய்த்து வைத்திருக்கும் தென்னைமட்டையால் காகத்தை விரட்டுவாள். பசுமாடு ஒருமுறை ஆச்சியை நோக்கித் திரும்பிவிட்டு மீண்டும் அசைபோடத் தொடங்கும். ஆச்சிக்கு பசுவையும் கன்றையும் யாரும் தொந்தரவு செய்யக்கூடாது. அது பட்சிகளாக இருந்தாலும் சரி பூச்சிகளாக இருந்தாலும் சரி ஆச்சியின் பார்வை ஒரு மிகப்பெரும் ஆலத்தின் நிழல் போல.

அதனடியில் எவ்விதத் தொந்தரவுகளுமின்றி அசைபோடுவார்கள் அம்மையும் பிள்ளையும்.

ஆச்சிக்குக் குழந்தை இல்லாமல் போனதால் தன் அண்ணனின் கடைசி மகனை எடுத்து வளர்த்தாள். தாத்தாவும் ஆச்சியும் அவனைக் கொண்டாடினார்கள். யாராவது இது தத்துப்பிள்ளைதானே என்று முகத்திற்கு நேராகக் கேட்டுவிட்டால் அபூர்வமாகப் பேசும் ஆச்சியே ஆடித் தீர்த்துவிடுவாள்.

"மாருல பாலைக் குடிச்சு வளர்ந்தாதான் புள்ளயா... உசிரை ஊட்டி வளர்த்தாலும் புள்ளதான்!"

இடுப்பிலிருக்கும் கடைக்குட்டியை மேலும் இடக்கையால் இறுக்கி மாரோடு அணைத்துக்கொண்டு ஆச்சி சொல்லும்போது எதிர்ப்பேச்சுப் பேச முடியாமல் போய்விடுவார்கள்.

குட்டியப்பனை அந்த வீடு சுமந்தது. அந்த வீட்டை குட்டியப்பன் சுமக்கும் வயதில்தான் வேட்டையும் அவன் வாழ்விற்குள் வந்தது. சிலோனிலிருந்து கப்பலில் தூத்துக்குடி வந்த ஒரு வெள்ளைக்காரனிடம் தாத்தா வாங்கி வைத்திருந்த துப்பாக்கிதான் குட்டியப்பனை விளையாட்டுச் சாமான்களைவிட அதிகம் ஈர்த்தது. பதின் பருவத்திலேயே துப்பாக்கியைப் பழக்கிவிட்டார் தாத்தா. அவன் எதைக் கேட்டாலும் அதற்கு இல்லை என ஒரு பதில் இருப்பதே தெரியாது. குட்டியப்பனை அவருக்கு அவ்வளவு பிடிக்கும்.

தாத்தாவிடம் ஆச்சியும் ஒருமுறை சொல்லிப் பார்த்தாள்.

"எதை வெதைக்கிறமோ அதத்தான் அறுவடை செய்யமிடியும். குட்டியப்பனுக்கு வேட்டைய பழக்கிவிடுறது நல்லதான்னு தெரியல. நேத்து ஒரு மொசலை அடிச்சுட்டு வந்து சமைச்சுத்தாம்மேன்னு கேட்டான். அறுக்கும்போதுதான் அது சினை மொசலுன்னு தெரிஞ்சுது. இந்தப் பாவமெல்லாம் மொத்தமா சேர்ந்து எம்புள்ளைய ஏதாவது செஞ்சிருமோன்னு மனசு படபடன்னு அடிச்சிக்கிச்சு."

"கொன்னாப்பாவம் தின்னாப் போச்சுல்லா... நீ செத்த நேரம் எதயும் போட்டுக் குழப்பிக்காம சும்மா இரி. அவன் வயசுல நான் பாவநாசத்துல புலியையே சுட்டுருக்கேன். என்னை என்ன

புலியா வந்து அடிச்சுப் போட்டுச்சுருச்சி? போயி புள்ளைக்கு மொளகு தூக்கலா மொசலுக்கறி வெச்சுக்கொடு.”

ஆச்சியை ஏதாவது சொல்லி அடக்கிவிடுவார் தாத்தா. ஆனாலும் மனசுக்குள் “யப்பா சொடலமாடா.. எம்புள்ளைக்கு எதுவும் வராம பாத்துக்க” என்றுதான் தாத்தா நினைத்துக்கொள்வதாக ஆச்சி ஒருமுறை சொல்லியிருக்கிறாள்.

பகலெல்லாம் இளங்காளையாய் ஊரைச் சுற்றிக்கொண்டும் இரவானதும் வேட்டைக்குப் போவதுமாய் இருந்தது குட்டியப்பனின் வாழ்க்கை. எவ்வளவு தொலைவில் விலங்குகள் இருந்தாலும் அவனுக்கு தென்பட்டுவிடும். இருளில் ஒளிரும் கண்களை வைத்தே அது வெளிமானா அல்லது காட்டுப்பூனையா என்பதைச் சொல்லிவிடும் அளவிற்கு வேட்டையில் தேர்ந்திருந்தான். அதிகாலையில் வீட்டிற்குத் திரும்பிவரும்போது ஜீப்பின் பின்புறம் பெரியதொரு சாக்குப்பையில் உருப்படிகளைச் சுருட்டிக் கொண்டுவருவான். கூடவே அவனது சேக்காளியில் ஒருவனும் துணைக்கு வருவான். காட்டுப்பன்றி, விருவு, மரநாய், முயல் என பட்டியல் நீண்டுகொண்டே போகும். ஆச்சிதான் அத்தனையையும் சமைத்துக் கொடுப்பாள். குட்டியப்பனுக்கு விருவுக்கறி என்றால் உயிர். அதனை நன்றாக சுத்தம் செய்து வறுத்துக் கொடுத்தால் சோற்றைக்கூட துறந்துவிட்டு விருவுக்கறியை ஒரு பிடிபிடிப்பான்.

குட்டியப்பனின் கவனம் வேட்டையிலிருந்து பட்டைச்சாராயத்திற்கு மாறியதிலிருந்துதான் எல்லாமும் மாறிப்போனது. எதைக் கேட்டாலும் இல்லை என்று சொல்லிய தாத்தா முதல்முறையாக இதற்கு மறுப்பு சொன்னபோது அவன் கேட்கும் நிலையில் இல்லை. அவரும் தோளுக்கு மேல் வளர்ந்துவிட்டான் அவனாகவே சாராயத்தை விட்டுவிடுவான் என்று நினைத்துக்கொண்டு அடங்கிவிட்டார். ஆச்சியால்தான் அப்படி இருக்க முடியவில்லை. சாராயவாடையை முதன்முதலாக அவனது அழுக்குச்சட்டையில் அவள் முகர்ந்தபோதுதான் உடைந்து அழுதாள்.

“யப்பு குடிய மட்டும் விட்டுருப்பு... நல்லாயிருப்ப...”

தினம் பலமுறை அவனிடம் ஆச்சி சொன்னபோதும் அவனுக்கு அது பெரிதாகவே தெரியாமல் போனது. குட்டியப்பனுக்கு அவசரமாகப் பெண் பார்த்துக் கட்டி வைத்தாள் ஆச்சி. அவனுக்கு

அதுவும் ஒரு பொருட்டில்லை என்பது திருமணத்திற்குப் பின்னும் தொடர்ந்த அவனது குடிப்பழக்கத்திலிருந்து தெரிய வந்தது. வயதும் முதுமையும் தள்ளாட்டத்தை ஆச்சியின்மீது திணித்ததில் படிக்கட்டில் இறங்கும்போது தவறி விழுந்து கால் எலும்பு முறிந்து போனது. சமையலறைக்கு அருகில் அவளுக்கென்று ஓர் அறையைக் கட்டிக்கொடுத்தான் குட்டியப்பன். அதில் முடங்கிக் கிடந்தாள் ஆச்சி. குட்டியப்பனுக்கு வீட்டிற்கு அருகிலேயே மளிகைக் கடையொன்றை வைத்துக் கொடுத்துவிட்டுதான் இறந்துபோனார் தாத்தா. அந்தக் கடைக்கும் போகாமல் கள்ளுக்கடையிலும் சாராயக்கடையிலுமே கிடந்தான் குட்டியப்பன். அவனுடைய மனைவி எவ்வளவோ எடுத்துச் சொல்லியும் எதுவும் அவனது காதில் ஏறுவதாயில்லை. சாராயத்தின் வாசனையை விட்டு வெளியே வரவும் முடியவில்லை. கடையை மூட வேண்டியதாயிற்று.

மனைவியின் நகையை அடமானம் வைத்துப் பசுவொன்றை வாங்கி வந்தவன், அதன் பாலை விற்று வாழும்படியாயிற்று. குடியை விட்டால்தான் மீண்டெழ முடியும் என்று ஆச்சி அப்போதும் சொல்லிக்கொண்டே இருந்தாள். கேட்காத காதுகளை விடவும் கொடூரமானது கேட்காதது போல் நடிக்கும் காதுகள். அது ஆச்சியின் எந்தவொரு நல்ல வார்த்தைகளையும் அவனுக்குள்ளே அனுமதித்ததேயில்லை.

“யம்மே சும்மா இரும்மே எல்லாஞ் சரியாவும். எடுக்கறப்ப மாத்துத் துணிகூட இல்லாம எடுத்துக்கிடுவான். கொடுக்கறப்ப கூரைய பிச்சிக்கிட்டு குடுப்பான் மேல இருக்கறவன். நீ பொலம்பாம நிம்மதியா இரி” என்பவனிடம் என்ன சொல்லிப் புரிய வைப்பது என்று நினைத்தபடியே இரவெல்லாம் உறக்கமின்றித் தவிப்பாள் ஆச்சி.

குட்டியப்பனுக்கும் ஆச்சிமீது அளவற்ற ப்ரியமிருந்தது. சின்னக்கிளி என்கிற ஆச்சியின் பெயரைத்தான் சி என்று இனிஷியலாக எழுதுவான். தாத்தா ஆச்சர்யப்பட்டு கேட்பார்..

“ஆயிரந்தான் ஆத்தா மேல உசிரா இருந்தாலும் இனிஷியலுக்கு எம்பேரத்தானப்பு போடணும்.”

“அம்மதான் மூத்திரம் பீ அள்ளி என்னை வளர்த்தா. நீ சிலோனுக்கும் ஊருக்கும்தான அலைஞ்சு திரிஞ்ச. இனிஷியலுன்னா அது சின்னக்கிளிதான்.”

ஆச்சியைப் பேர் சொல்லி அழைப்பது அவனுக்குப் பிடிக்கும். அது ஆச்சிக்கும் பிடிக்கும்.

“யய்யா அவ பேர இனிஷியலா மட்டுந்தான் போடுவேன்னு பார்த்தா பேரச் சொல்லிக் கூப்பிடுத. அம்மான்னு கூப்பிடுய்யா...”

செல்லமாகக் கடிந்துகொள்வார் தாத்தா.

“எம்புள்ள என்னிய பேரச்சொல்லிக் கூப்பிடாம வேற யாரு கூப்பிடுவா. நீ கூப்பிடுப்பு.”

சொல்லிவிட்டு தாத்தாவைப் பார்த்துச் சிரிப்பாள் ஆச்சி.

“ஆத்தாளும் மவனும் சேந்துகிட்டு என்னிய பதராக்கி ஊதிப்புட்டியளே” என்பார் தாத்தா.

குட்டியப்பன் கேட்டைத் திறந்தால் மட்டும் “ம்மா” என்று கத்தும் பசு. வேறு யார் திறந்தாலும் அமைதியாய் அசைபோட்டுக் கொண்டிருக்கும். அவனும் அதற்கு வைக்கோல் போடும்போதெல்லாம் அதன் நெற்றியைத் தடவிக் கொடுப்பான். யாருக்கும் புரியாத பாஷையில் அவன் அந்தப் பசுவிடம் பேசுவதாகத்தான் ஆச்சி நினைத்துக்கொண்டிருந்தாள். அவனும் நெடுநேரம் மாட்டுக்காடியில்தான் இருந்தான். சாராயவாடை போகும்வரை அங்குதான் இருப்பான் என்பது அவன் மட்டுமே அறிந்த ரகசியம். பசுவுக்கு, கொடிமுல்லை என்று பெயரிட்டிருந்தான். அவன் கொடிமுல்லை என்று கூப்பிடும்போதெல்லாம் தலையை ஆட்டிக்கொண்டு அசைந்தாடியபடியே நிற்கும். ஆச்சிக்கு இதெல்லாம் புதிதாக இருந்தாலும் குட்டியப்பனின் சந்தோஷம் மட்டும் போதுமென்றிருப்பாள்.

ஒரு மழைநாளின் இரவில் குட்டியப்பன் வீடு வரவில்லை. மனைவியும் மூத்த மகளும் ஊரெல்லாம் தேடியும் ஆளைக் கண்டுபிடிக்க முடியவில்லை. ஆச்சிதான் மருமகளிடம் அந்த யோசனையைச் சொன்னாள்.

“யம்மாளு நீ ஒண்ணுங் கலங்காத. நம்ம கொடிமுல்லைய அவுத்துவுட்டுப் பாரு அது ஒன்னிய குட்டியப்புகிட்ட கூட்டிக்கிட்டிப் போவுதா இல்லையான்னுட்டு.”

கொடிமுல்லை ஓட்டமும் நடையுமாய் அம்மன் கோயிலுக்குப் பின்னாலிருக்கும் தோட்டத்தின் முன் சென்று நின்றது. அங்குதான்

குட்டியப்பனைப் பெற்றெடுத்த அம்மையின் சமாதி இருந்தது. அந்தத் தோட்டத்தில்தான் விழுந்து கிடந்தான். வீட்டிற்குக் கூட்டிக்கொண்டு வந்தவுடன் ஆச்சியிடம் மூத்தவள் விசயத்தைச் சொன்னாள்.

"எம்புள்ள எங்க மைனிய பாக்கப் போயிட்டானாக்கும்.. நா என்ன கொற வெச்சேன்னு தெரியலயே"

ஆச்சி அன்று இரவு முழுவதும் அழுதுகொண்டே இருந்தாள். ஆச்சியை அப்படி அழுது அவர்கள் பார்த்ததில்லை.

"நீங்க கெடந்து அழுவாதீய குடிச்சா எங்க போறோம் என்ன செய்யிதோமுன்னு தெரியுமாக்கும். அவிய தோட்டத்துக்கு சேக்காளியோட சீட்டாட கூட போயிருக்கலாமுல்லா."

மருமகள் எவ்வளவோ தேற்றிப் பார்த்தாள். ஆச்சியின் கண்ணீர்தான் நின்றதே தவிர அழுகை நிற்கவில்லை.

ஆச்சியின் கட்டில் அருகே எப்போதும் முக்காலியொன்று இருக்கும். கால் நடக்க முடியாமல் போனதற்குப் பின் அந்த முக்காலியை அடிமேல் அடிவைத்து நகர்த்திக்கொண்டே வீட்டிற்குள் நடமாடுவாள். குட்டியப்பன் டவுனுக்குப் போய்விட்டு வரும்போதெல்லாம் ஆச்சிக்கு ஏதாவதொரு இனிப்புப் பண்டம் வாங்கி வருவான். முட்டைக்கோஸ், முந்திரிக்கொத்து, ஏணிப்படி மிட்டாய், பூந்தி என ஒவ்வொரு முறையும் வெவ்வேறு இனிப்போடுதான் ஆச்சியிடம் போவான்.

"யம்மே நாசரேத் போயிருந்தேன் ஒனக்குப் பிடிக்குமுன்னுட்டு முந்திரிக்கொத்து வாங்கிட்டு வந்தேன். நாலு எடுத்துத் தின்னுபாரு சும்மா தேனால்லா இனிக்கி"

முந்திரிக்கொத்தைக் கொடுத்துவிட்டு ஆச்சியின் கால்மாட்டில் கொஞ்சநேரம் உட்கார்ந்துகொள்வான். ஆச்சியின் கால்களை எடுத்துத் தன் மடியில் வைத்து மெதுவாய் பிடித்துவிடுவான். அப்பொழுதெல்லாம் ஆச்சியின் முகத்தில் மலர்ச்சியும் பெருமையும் ஒன்றாய் குடிகொள்ளும்.

"யப்பு நீ எதுக்குப்பு காலைப் பிடிச்சுவிடுத.. நீ போயி புள்ளைகளுக்கு முந்திரிக்கொத்தை கொடுப்பு. ஒன் நாலாவது மவ இருவாட்சிக்கு முந்திரிக்கொத்துன்னா உசிருல்லா..."

“நான் காலைப் பிடிச்சுவிடாம வேறு யாரும்மே பிடிச்சுவுடுவா? நீ சொகமா இருந்தாத்தான எனக்கு சந்தோசம்?”

“யப்பு எனக்கென்னப்பு கொறச்சலு.. நா நல்லாத்தான் இருக்கேன். நீ அந்த யழவெடுத்த குடிய மட்டும் விட்டிருப்பு.”

ஆச்சியின் இந்தவொரு வாசகத்திற்கு மட்டும் குட்டியப்பனிடம் என்றுமே பதில் இல்லை. மடியிலிருந்த கால்களை எடுத்து படுக்கையில் வைத்துவிட்டு அவள் அறையை விட்டு வெளியே வந்தான். நேராக அழிக்கம்பிகள் செங்குத்தாக இருக்கும் கூடத்திற்கு வந்தான். அங்கிருந்து அந்தக் கம்பிகளின் இடைவெளி வழியே விளையாடிக்கொண்டிருக்கும் தன் மகன்கள் இருவரையும் பார்த்தான். காலம் எவ்வளவு வேகமாகச் செல்கிறது எனத் தோன்றியது. நேற்றுதான் திருமணம் ஆனது போலிருந்தது அதற்குள் ஆறு பிள்ளைகள். மூத்தவளுக்கும் கடைக்குட்டிக்கும் பதினைந்து வருட வித்தியாசம். காலத்தின் முன் மாறாமல் இருப்பது தன் குடிப்பழக்கம் மட்டும்தானோ என்று நினைத்தவன் விழியோரம் துளிர்த்த கண்ணீரைத் துடைத்துவிட்டு முந்திரிக்கொத்தை எடுத்துக்கொண்டு பிள்ளைகள் விளையாடும் வேப்பமரத்தடிக்குச் சென்று ஒவ்வொருவருக்கும் அதைப் பிய்த்து வாயில் ஊட்டினான்.

கொடிமுல்லை அவனைக் கண்டவுடன் தலையை ஆட்டிக்கொண்டு சத்தமாக மூச்சுவிட்டது.

“உனக்கில்லாமலா... வாயத் தொர கொடி” என்றவாறு அதற்கும் கொஞ்சம் முந்திரிக்கொத்தை ஊட்டிவிட்டான். வேப்பங்காய்களைப் பொறுக்கிக் கொண்டிருந்த மூன்றாவது மகளிடம் தானும் அமர்ந்து காய்களைப் பொறுக்கி கூடையில் போட்டான். அப்பாவிடம் சாராயவாடை வருகிறதா என்று நாசியை உயர்த்தி முகர்ந்து பார்த்தாள். வாடை இல்லை என்றதும் மலர்ச்சியுடன் அப்பாவுடன் சேர்ந்து காய்களைப் பொறுக்கினாள்.

கன்னுக்குட்டியையும் பசுவையும் பார்த்துக்கொண்டிருந்த ஆச்சி வெகுநேரம் அப்படியே இருந்ததாக இருவாட்சிக்குத் தோன்றியது. ஓடிச்சென்று பார்த்தவள் ஆச்சியிடம் எவ்வித அசைவும் இல்லை என்பது தெரிந்தவுடன் நேராக தன் அம்மாவிடம் ஓடிச் சென்று விசயத்தைக் கூறினாள். அடுப்பங்கரையில் அரிசி கழுவிக்கொண்டிருந்த மருமகள் அப்படியே அதைப் போட்டுவிட்டு ஓடிவந்து ஆச்சியை உசுப்பினாள்.

"யத்தே யத்தே... எந்திங்க..."

சற்று நேரம் கழித்து ஆச்சி கண்களைத் திறந்தாள். மருமகளைப் பார்த்ததும் ஆச்சியின் கண்களிலிருந்து நீர் வழிந்தது.

"யத்தே ஏன் அழுவுறிய?"

அவள் கேட்டதற்குப் பதிலேதும் சொல்லாமல் பசுவின் பக்கம் பார்வையைத் திருப்பினாள் ஆச்சி. அசைபோட்டுக் கொண்டிருந்த பசுவின் அருகில் படுத்திருந்த கன்றுக்குட்டியிடம் எழுந்து சென்ற ஆச்சி, வாஞ்சையுடன் அதன் நெற்றியைத் தடவிக்கொடுத்தாள். பின் மீண்டும் கட்டிலுக்குத் திரும்பியவள் கட்டிலில் சரிந்தாள்.

நீண்டதொரு கடற்கரை. அதில் தனியே நின்றிருந்தான் குட்டியப்பன். அவனைச் சுற்றிலும் நடனமிட்டுக்கொண்டிருந்தன ஆளுயர பாட்டில்கள். அதனுடன் தன்னை மறந்து ஆடிக் கொண்டிருந்தான். கடல் அலையொன்று தன் கோரப் பற்களைக் காட்டியபடி அவனை நோக்கி வந்ததை அவன் அறியவில்லை. அவனது காலைப் பிடித்திழுத்து கடலுக்குள் வீசியது அந்தக் கோரப் பல் அலை. கடற்கரையிலிருந்த ஆச்சி ஓடிச் சென்று கடலுக்குள் குதித்தாள்.

திடுக்கிட்டு விழித்த ஆச்சிக்கு மூச்சிரைத்தது. குட்டியப்பன் இன்னும் வீடு திரும்பவில்லை. அவனது வருகைக்காகக் காத்திருந்தாள். விளக்கு வைத்த பின்பும் குட்டியப்பன் வீடு திரும்பாததால் ஆச்சியின் முகம் கவலையில் வாடி இருந்தது.

அன்றிரவு வீட்டிலிருந்த தொலைபேசி ஒலித்தது. தொலைபேசியை எடுத்த மருமகள் மயக்கம் போட்டு விழுந்தாள்.

பதினாறு நாட்களுக்குப் பின்.. மருமகளின் கட்டிலும் அதன் அருகே படுத்துறங்கும் கடைக்குட்டியின் கட்டிலும் இருக்கும் திசையைப் பார்த்தபடியே கிடந்தாள் ஆச்சி.

ஆச்சி பேசுவதே அபூர்வம்.

★

பாதங்கள்

அலை நனைக்கும் தன் பாதங்களையே பார்த்துக்கொண்டு வெகுநேரம் நின்றிருந்தாள் வெண்மதி.

பரந்து கிடக்கும் கடல் தன் அலைக்கரங்களால் இவளது பாதங்களை முத்தமிட்டுச் செல்வது போலிருந்தது. இரண்டு வருடங்களுக்கு முன் இதே கடற்கரையில் அழுதுகொண்டே தான் நின்றிருந்ததும் அந்தக் கண்ணீர் தினத்திற்குப் பின் தன் வாழ்வு மாறிப்போனதற்கும் இந்தக் கடலின் ஆசிதான் காரணம் என்பதையும் தீவிரமாக நம்பினாள். எவ்வளவு மாற்றங்கள். எல்லாம் மிகப்பெரிய கனவு போலிருந்தது. தன் கைப்பைக்குள் சிணுங்கிய ஐஃபோனை எடுத்துப் பார்த்தாள். ஆயிரம் டாலர்கள் இவளது அமெரிக்க வங்கிக் கணக்கில் வந்து விழுந்திருந்தன. லேசானதொரு புன்னகை மலர்ந்தடங்கியது. மீண்டும் போனை கைப்பைக்குள் வைத்துவிட்டு ஈரம் படர்ந்த கடற்கரையில் பாதம் பதித்து நடக்க ஆரம்பித்தாள். அவளது பாதச்சுவட்டில் நிரம்பிய கடல்நீர் நுரைத்துத் தளும்பிற்று.

இரண்டு வருடங்களுக்கு முன் நெல்லைச்சந்திப்பில் வெண்மதி சென்னைக்கு ரயிலேறியபோது அவளது அம்மா ரயிலின் ஜன்னல் கம்பிகள் இடையே கைநுழைத்து நெற்றியில் திருநீறு பூசிவிட்டார். “பத்திரமா போயிட்டு வாம்மா எம்புள்ளா...” என்றபோது அவரது கண்கள் கலங்கியிருந்தன.

முதன்முறையாக வந்திறங்கிய சென்னையில் எல்லாமும் புதிதாயிருந்தது. தாம்பரத்தில் இவள் தங்கியிருந்த விடுதிக்கு அருகிலேயே வேலைக்குச் சேர்ந்த நிறுவனமும் இருந்தது. இருவர் தங்கிக்கொள்ளும் விடுதியின் அறையில் இவள் மட்டுமே இருந்ததால் இரண்டு கட்டிலையும் அருகருகே போட்டுக்கொண்டு உறங்குவாள். புதிய இடமும் புதிய வேலையும் பழகிக்கொள்ள ஒரு மாத காலம் ஆனது. சென்னையின் வேகம் முதலில் கலக்கத்தைக் கொடுத்தபோதும் நாளடைவில் அதுவே பழகிவிட்டது. ஓர் ஊரிலிருந்து மற்றோர் ஊருக்கு இடம்பெயர்கையில் எவரொருவரும் தன்னுடைய ஊரையும் தன்னோடு சுமந்துகொண்டுதான் செல்கிறார். அவர் பேசும் சொற்களிலும் செயல்களிலும் அவருடைய ஊரின் வாசம் இருந்துகொண்டுதானிருக்கிறது. வெண்மதிக்கு சென்னையின் மொழியும் வாழ்வுமுறையும் பழகுவதற்கு சிரமமாக இருந்தாலும் புதியவற்றைக் கற்றுக்கொள்ளும் ஆர்வம் அதிகமிருந்ததால் சென்னை விரைவாக அவளுக்குள் ஓர் அருவியின் இசைதலைப்போல உள்ளிறங்கியது.

முதல் மாதத்தின் இறுதியில் அறையைப் பகிர்ந்துகொள்ள ப்ரியம்வதா வந்ததிலிருந்து மரம் நீங்கிய இலையொன்று மண்ணில் வீழாமல் மரத்தடி குப்பைத்தொட்டிக்குள் விழுந்ததைப் போன்று உணரத் தொடங்கினாள் வெண்மதி. ப்ரியம்வதாவின் முதல் கேள்வியே நெஞ்சை அறுத்துப் பார்த்தது.

“உங்களுக்கு மாறுகண்ணா?”

அவள் அப்படிக் கேட்டதில் ஏதேனும் கிண்டல் தொனி இருக்கிறதா அல்லது வெகு இயல்பாய்த்தான் கேட்டாளா என்று புரியவில்லை. சின்னதாய் ஒரு புன்னகையைத் தந்துவிட்டு எதுவும் பேசாமல் அறையை விட்டு வெளியேறியவளின் கண்களோரம் பூத்து நின்றது ஒற்றைத்துளி. அந்தக் கேள்விக்குப் பிறகு ப்ரியம்வதாவின் எந்த வார்த்தைகளும் அவளது செவியைச் சென்றடையவில்லை. அந்த ஒரு மாத காலமாய் தன் மனதின் அடியாழத்தில் உறைந்து கிடந்த தன்னிரக்கம் என்னும் குறளி சிறகு விரித்து வெளியேறி அவளுக்கு முன் பேருருவமாய் வந்து நின்று பரிகசித்தது. தலை வலித்தது. குனிந்து தரையைப் பார்த்துக்கொண்டே தலையில் கைவைத்து வரவேற்பறையிலிருக்கும் சோஃபாவில் உட்கார்ந்தபோது விழியோரம் பூத்து நின்ற கண்ணீர் மொட்டு சடசடவென்று அவளது பாதத்தில் பட்டுத் தெறித்தது.

ஊரிலிருக்கும்போது எத்தனையோ கிண்டல்களையும் கேலிகளையும் கேட்டுக்கேட்டு மரத்துப்போன இதயத்துடன் கல்லூரி முடித்து வேலைக்கென சென்னைக்கு வந்ததிலிருந்து இங்கே யாருமே தன்னுடைய குறையைப் பெரிதாகக் கண்டுகொள்ளவில்லை என்பது பெரும் ஆசுவாசமாகயிருந்தது. அந்த மிகச்சிறிய மகிழ்வை, நிம்மதியை ப்ரியம்வதாவின் நேரடிக்கேள்வி உடைத்துப் போட்டது. எல்லா ஊரிலும் மனிதர்கள் ஒரே மாதிரிதான். எல்லோர் மனதிலும் தானொரு கேலிப்பொருள்தான் என்கிற கழிவிரக்கம் உடனடியாக மனதெங்கும் படர்ந்தது. கண்ணீரைத் துடைத்துக்கொண்டு கொஞ்சதூரம் நடக்கலாம் என ரோட்டிற்கு வந்தவள் ஏதோவொரு குறுஞ்செய்தி வந்த சத்தம் கேட்டதால் மொபைலை எடுத்துப் பார்த்தாள். அதுவொரு விளம்பர எஸ்.எம்.எஸ். என்பதால் பெரிதும் ஆர்வம் காட்டாமல் ஹெட்ஃபோனை எடுத்து மாட்டிக்கொண்டு ஸ்பாடிஃபை செயலியைத் திறந்து தனக்குப் பிடித்த பாடல்களைக் கேட்டுக்கொண்டே நடக்க ஆரம்பித்தாள்.

அந்த விளம்பர எஸ்.எம்.எஸ். தன் வாழ்க்கையையே மாற்றிவிடும் என அப்போது அவள் நினைத்திருக்கவில்லை.

ஏதோவொன்று மனிதனின் வாழ்வுக்குள் புதியதாக நுழையும்பொழுது அது தரும் பரவசத்தின் அளவைப் பொறுத்தே அதை அவன் அசலாக விரும்புகிறானா என்பது தெரியவரும். அந்த ஏதோவொன்று எதுவாகவும் இருக்கலாம். வெண்மதியின் விடுதியிலிருக்கும் மொட்டைமாடிதான் அவளது அதிகமான நேரத்துளிகளை எடுத்துக்கொள்வதாக இருந்தது. அந்த மாடியில் தன் கிளைகளைப் பரப்பி ஓய்வெடுத்தபடி நிற்கும் மாமரத்தில் எண்ணற்ற பட்சிகள் வந்து செல்வதும் அவை எழுப்பும் ஒலிகளில் தன்னை மறந்து லயித்திருப்பதும் அவளது அன்றாடங்களின் ஒன்றாகிப் போனது. எந்தவொரு பறவையைப் பார்த்ததுமே அவளது பார்வை அதன் சிறகிலோ அலகிலோ முட்டி நின்றுவிடாமல் அதன் கண்களில் மட்டுமே நிலைத்திருப்பதை அவள் உணரத் தொடங்கியிருந்தாள். சிறுவயது முதலே தன் உடலின் குறையென அவள் நினைக்கும் பாகமாக அவளது கண்கள் மாறிப்போனதற்கு அவளைச் சுற்றிய பரிகாச உலகம் முக்கியமானதொரு காரணியாகியிருந்தது. அவளது அம்மா மட்டுமே உனக்கென்ன குறை நீ என் ராசாத்தி என்றபடி ஆறுதலாய்

கட்டிக்கொள்வாள். ஏன் இவ்வுலகு இவ்வளவு மனப்பிறழ்வுடன் பிறரை அணுகுகிறது எனத் தோன்றும். அம்மாவுக்குத் தெரியாமல் ஒருமுறை கண் மருத்துவரைச் சந்தித்து இதைச் சரிசெய்யும் வழிகளைக் கேட்டபோது அதற்கான பணத்தொகை பெரியதாக இருந்ததால் அந்த எண்ணத்தை அப்படியே கைவிட்டாள்.

பச்சைக்கிளியொன்று உச்சிக்கிளையில் வந்தமர்ந்ததும் மரம் தலையசைத்துப் புன்முறுவல் பூப்பது போலிருந்தது. அந்தக் கிளியின் கண்களையே உற்றுப் பார்த்தவள், பறவையினத்தில் மாறுகண் பறவை என்பதே இல்லை போலும் என்று நினைத்தவுடன், தான் ஏனொரு பறவையாக இல்லாமல் போனோம் என்கிற ஏக்கம் வளர்ந்து பெரிய பட்சியாகித் தன்னை விழுங்குவது போலிருந்தது. தன் கண்களை இதுவரை யாருமே ரசித்துப் பார்த்ததில்லை என்ற எண்ணம் தோன்றியபோது அவளது இதழ்கள் துடித்தன. பற்களால் கீழுதட்டைக் கடித்துக்கொண்டே மாடிப்படியில் இறங்கி அறைக்குள் நுழைந்தபோது மொபைலில் புதிய எஸ்.எம்.எஸ். ஒன்று வந்திருந்தது. இம்முறையும் அது ஏதோவொரு ஸ்பேம் மெசேஜாக இருக்கலாம் என்ற எண்ணத்தில் அதை அழித்துவிட முயன்றபோது அதிலிருந்த ஒரு வாசகம் அவளைத் தடுத்தது. “அழகின்மையிலிருந்து அழகிற்கு” என்று ஆங்கிலத்தில் எழுதியிருந்தது. கொஞ்சம் ஆர்வம் தொற்றிக்கொள்ள அதிலிருந்த சுட்டியைச் சொடுக்கியபோது க்ரோம் ப்ரவுசரில் வலைதளம் ஒன்று விரிந்தது. அதன் முகப்புப் பக்கத்திலிருந்த புகைப்படங்கள் ஆர்வத்தைத் தீவிரப்படுத்தியவுடன் அடுத்த ஒரு மணிநேரமும் அந்த வலைதளத்தின் ஒவ்வொரு பக்கத்திலும் அவளது பார்வை பதிந்து நகர்ந்தது. கண்ணீரால் கொதித்தடங்கியிருந்த மனம் இப்போது வெயிலில் இறுகிக்கொண்டிருக்கும் பாறையை ஒத்திருந்தது. அந்த இறுக்கத்துடனே போனை கையில் எடுத்தவள் விரக்தியால் நிரம்பிய புன்னகையுடன் க்ளிக் சப்தத்தால் அறையின் நிசப்தத்தில் அமிழ்ந்தாள்.

மழைக்காலம் தொடங்கியபோது சென்னையில் மூன்று மாதங்களைக் கடந்துவிட்டிருந்தாள். அந்த நாட்களில் சென்னையும் அதன் மனிதர்களும் முழுவதுமாய் அவளது வாழ்வை நிரப்பியிருந்தார்கள். விடுதியும் அலுவலகமுமே வாழ்வாகிப்போனதில் தன்னிரக்கம் குறைந்து ஒருவிதத் துள்ளல் மனநிலையில் வசிக்கப்பழகிய கணத்தில்தான் அலுவலகத்திற்கு

எதிரே இருக்கும் ரெஸ்டாரண்டில் மேலாளராக இருக்கும் கதிரைச் சந்தித்தாள். வாரத்தில் இருநாட்கள், அலுவல் முடிந்து விடுதி திரும்புவதற்கு முன் இரவு உணவுக்காக செல்கையில் ரெஸ்டாரண்டில் அவனைப் பார்த்ததும் எப்போதும் இதழோரம் கசியும் மெல்லிய புன்னகையுடன் அவன் பேசுவதும் அதீத வேலைப்பளுவிலிருந்து சிறிய இளைப்பாறுதலை அவளுக்குத் தந்தது.

அவள் வருவதைப் பார்த்ததும் கதிரே வெயிட்டராக அவளுடைய மேசைக்கு வந்துவிடுவான். மெல்லத் தொடங்கிய நட்பு மொபைல் எண் பரிமாற்றத்திற்குப் பின் வேகமாக வளர்ந்து இதோ இந்தக் கடலின் முன் இருவரையும் அமரச் செய்திருக்கிறது. கடலைப் பார்த்தபடி தொலைவில் மஞ்சள் ஒளியுடன் மறையத் தொடங்கிய சூரியனைப் பார்த்தபடி வெகுநேரம் தொடர்ந்தது அன்பின் உரையாடல். அவளது புறங்கையில் முத்தமிட்டு அவன் விரும்புகிறேன் என்றதும் உடல் சில்லிட்டு உயிர் சிலிர்த்து சிலையாக மாறியிருந்தாள்.

பின்னொரு நாளின் பவித்திரமான பொழுதொன்றில் எது தன்னிடம் அதிகம் பிடித்தது எனும் கேள்விக்கு அவளது கண்களை முத்தமிட்டுச் சிரித்தவனைக் கட்டிக்கொண்டு அழுதுகொண்டே சிரித்தாள். அவனுடனான பைக் பயணங்களும் கடற்கரையோர நடைகளும் அதிகமானபோதுதான் அவன் மெல்ல தன் விருப்பத்தை அவளது செவிகளில் உதிர்த்தான். அவளுக்கு அது அதிர்வைத் தரவில்லையெனினும் காமத்திற்கு ஏனிந்த அவசரம் எனத் தோன்றியது. அவனது கரம் பற்றி தன் பதிலைச் சொன்னவள் அவனது கண்கள் பெரும் ஏமாற்றத்தில் பரிதவிப்பதையும் கண்டுகொண்டாள்.

வெட்டப்படும் மீன் துண்டுகளிலிருந்து தெறிக்கும் குருதித்துளிகள் கன்னத்தில் பட்டபோது ஏற்பட்ட கணநேரத்து சில்லிடலும் நாசி துளைக்கும் வீச்சமும் தன் அப்பாவின் மீன் கடைக்குச் சிறுவயதில் செல்லும்போதெல்லாம் நிகழ்பவைதான் எனினும் அந்த நெடி இன்று ஏன் தன் நாசியைத் துளைக்கிறதென்று அவளுக்குப் புரியவேயில்லை. இந்தப் பின்னிரவில் ஸீரோ வாட்ஸ் மஞ்சள் நிற பல்பிலிருந்து அறைக்குள் குவியும் வெளிச்சம் போல அப்பாவின் கூரிய பெரும்கத்தி மீனை இரண்டாகப்

பிளக்கும் காட்சி மனதெங்கும் குவிந்துகொண்டே இருந்தது. உறக்கமும் இல்லாமல் விழிப்புமில்லாமல் புரண்டவள் ஏதோ தோன்ற தன் படுக்கையினோரம் வைத்திருந்த மொபைலை எடுத்துப் பார்த்தபோது வாட்ஸப்பில் வாய்ஸ் நோட் ஒன்று வந்திருந்தது. நள்ளிரவில் புதிய எண்ணிலிருந்து இப்படி வாய்ஸ் நோட் வந்திருப்பதற்கும் தன் நிலைகொள்ளா மனதிற்கும் இடையேயான முடிச்சு என்னவாகயிருக்கும் என யோசித்தபடியே ஹெட்ஃபோனை காதுகளில் பொருத்தி அந்த வாய்ஸ் நோட்டைக் கேட்க ஆரம்பித்தாள். கதிர், யாரோ தன் நண்பன் ஒருவனுக்கு அனுப்பியது. கேட்டு முடித்தவுடன் மொபைலை தூர வைத்துவிட்டு போர்வைக்குள் சுருண்டு கொண்டவளின் கன்னத்தில் பிசுபிசுத்தது வெட்டப்பட்ட மீனின் சதைத்துணுக்கும் அவளது கண்ணீரின் உப்பும்.

அதிகாலை எழுந்தவள் டாக்ஸி ஒன்றைப் பிடித்து நேராக கடற்கரைக்குச் சென்றாள். கடல் ஒரு சர்ப்பத்தைப் போல் சுருண்டு படுத்திருப்பதாக அவளுக்குப் பட்டது. அதன் அருகே சென்று காலால் மிதித்தபோது அலைச்சீற்றத்துடன் அது தன் இருப்பைக் காண்பித்தது.

தன் வாழ்வில் ஏன் எல்லாமும் புரியாத விசித்திரங்களாகவே இருக்கின்றன? ஏன் இவ்வளவு கீழ்த்தரமாக மனிதர்கள் நடந்துகொள்கிறார்கள்? உருவு கண்டு எள்ளுதல் எவ்வகை நியாயம்? இந்த விஷப்பூச்சிகளுக்கு மனதென்பதே இல்லையா? கதிரை நிற்க வைத்துச் செருப்பால் அடிக்கத் தோன்றியது. காமத்தேவைக்கான அவனது கேள்விக்கு எவ்வளவு நிதானமாக தான் பதில் சொல்லியிருந்தபோதும் எப்படி அவனால் இவ்வளவு வக்கிரத்துடன் பேச முடிந்தது என்பது அவளுக்குப் புதிராகவே இருந்தது.

அவனுக்குள் ஒளித்து வைத்திருந்த இழி புத்தியைத் தோலுரித்துக் காண்பித்த அந்த அறிமுகமில்லாத எண்ணுக்கு மனதால் நன்றி சொன்னவள் மீண்டுமொருமுறை அந்த வாய்ஸ் நோட்டை ஓடவிட்டாள்.

“மச்சி, அந்த ஒன்டரைக்கண்ணிய முடிச்சுடலாம்னு மெதுவா விஷயத்த சொன்னேன். பெரிய புடுங்கிமாதிரி கல்யாணத்துக்கு

அப்புறம் வச்சிக்கலாமேன்னு சொல்றாடா. இந்த மாறுகண்ணு முண்டைய கல்யாணம் பண்ண நானென்ன கிறுக்கனா...”

மேலும் சில வக்கிரமான வார்த்தைகளை உதிர்த்திருந்தான் கதிர். அவ்வளவு மென்மையானவன் என தான் நினைத்திருந்த கதிரிடமிருந்து இவ்வளவு வக்கிரமும் குரூரமும் நிறைந்த சொற்களை அவள் எதிர்பார்க்கவில்லை.

அவனது எண்ணை ப்ளாக் செய்துவிட்டு நிமிர்ந்தபோது கடல் தன் சர்ப்ப உருவிலிருந்து வண்ணங்கள் குழைந்த ஓவியமெனக் காட்சியளித்தது. அப்போது ஒரு மின்னஞ்சல் வந்திருப்பதாக ஜிமெயில் நோட்டிஃபிகேஷன் அனுப்பியதைத் திறந்து பார்த்தவளுக்கு இது நிஜமா அல்லது நானொரு கனவுலகில் வசிக்கிறேனா என்கிற குழப்பம் வந்தவுடன் அவசரமாகத் தனது ஹெச்.டி.எப்.சி வங்கி செயலியைத் திறந்து பார்த்தாள். அங்கே இருநூறு அமெரிக்க டாலருக்கு இணையான ரூபாய் வந்திருந்தது. நம்பமுடியாமல் நின்றவளின் பாதங்களைத் தொட்டு விளையாடியது கடல்.

ஒருவரை வாழ்விலிருந்து விலக்குவது என முடிவு செய்தபின் அவர் வழியில் செல்வது முட்டாள்தனம் என நினைத்தவளின் மனதிலிருந்து கதிர் கொஞ்சம் கொஞ்சமாய் உதிரத் தொடங்கியிருந்தான். தன் இயல்புக்குத் திரும்பியவள் தன் புதிய வருமானத்தை நம்ப முடியாத மகிழ்வுடனும் ஆச்சர்யத்துடனும் ஏற்றுக்கொண்டிருந்தாள். தனக்குள்ளிருந்த தன்னிரக்கம் கொஞ்சம் கொஞ்சமாய் தன்னிலிருந்து நீங்குவதைக் கண்டு வியந்தபடியும் இருந்தாள். தன் குறையைக் கண்டு எள்ளிய கண்கள் எல்லாம் தன் பாதத்தில் வீழ்ந்து கிடப்பதாக நினைத்துச் சிரித்துக்கொண்டாள்.

அப்படித்தான் அது நிகழ்ந்தது. ஒரு எஸ்.எம்.எஸ். தன் வாழ்வை மாற்றிவிடும் தனக்குள்ளிருந்த தன்னிரக்கத்தை விரட்டிவிடும் என்று அவள் கனவிலும் நினைத்திருக்கவில்லை. அந்த எஸ்.எம். எஸ்ஸில் வந்தது ஃபன்வித்ஃபீட் *(www./funwithfeet.com/)* எனும் வலைதளத்தின் விளம்பரம். தன் பாதங்களைப் புகைப்படமெடுத்து அந்த வலைதளத்தில் ஏற்றிய பின் உலகெங்கிலுமிருந்து அதை வாங்கும் பயனர்கள் அமெரிக்க டாலர்களை வாரி இறைக்க ஆரம்பித்தனர். தன் சுயவிபரங்கள் எதுவும் இல்லாமல் தன்னுடைய

பாதங்களை மட்டும் புகைப்படம் எடுத்து அந்த வலைதளத்தில் இவள் பதிவேற்றிய சில நொடிகளிலேயே அவை விற்றுத் தீர்ந்துவிடும். அதிலும் அமெரிக்காவின் டெக்ஸாஸில் வசிப்பதாகச் சொல்லிக்கொள்ளும் ஒரு பயனர் இவளது பாதங்களின் பெரும் ரசிகனாகத் தானிருப்பதாகச் சொல்வதுடன் வலையேற்றம் செய்த உடனே வாங்கிவிடுவதுமாக இருந்தான்.

தான் செய்வது தவறா அல்லது சரியா என்பதைப் பற்றி யோசிக்கும் மனநிலை அவளுக்குத் தேவையற்றதாகி இருந்தது. இவ்வுலகம் எப்பொழுதும் தன் பாதங்களுக்குக் கீழ்தான் இனி கிடந்தாக வேண்டும் எனத் தோன்றியபோது, தன் கைப்பையினுள்ளிருந்து ஐஃபோனை எடுத்தவள் ஒரு கண்ணை மூடிக்கொண்டே தன் பாதங்களை விதவிதமாக புகைப்படம் எடுத்துவிட்டு ஃபன்வித்ஃபீட். காமிற்குள் நுழைந்து ஃபக்யூ_கதிர் எனும் தன் ப்ரொஃபைலுக்குள் சென்று படங்களை வலையேற்றம் செய்தாள்.

பிறகு

அலை நனைக்கும் தன் பாதங்களையே பார்த்துக்கொண்டு வெகுநேரம் நின்றிருந்தாள் வெண்மதி.

★

அறல்

கடுமையான குளிர். இவ்வளவு குளிரை இதற்கு முன் நான் உணர்ந்ததேயில்லை. உடல் கொஞ்சம் கொஞ்சமாய் விறைத்துக் கொண்டிருந்தது. இருள் சூழந்திருக்கும் இந்த அறைக்குள் நான் எப்படி வந்திருப்பேன் என்பதும் எனக்கு ஞாபகமில்லை. மீண்டும் மீண்டும் யோசித்துப் பார்த்தேன். சதுர வடிவ தொட்டிக்குள் என்னை யாரோ தள்ளிவிட்டதைப் போன்றதோர் உணர்வு. கனவு போலிருக்கிறது. ஏன் இந்த அறை இவ்வளவு அடர்த்தியான இருளால் சூழப்பட்டிருக்கிறது? ஏனிந்த பேரமைதி? விடை தெரியாத கேள்விகளால் குழம்பிப் போயிருந்த கணம் யாரோ முதுகிற்குப் பின்னாலிருந்து அழைப்பது போலிருந்தது. அந்தக் குரல் சன்னமாகவே காதில் விழுந்தது. திரும்பிப் பார்க்க முடியாதபடி உடல் இறுகியிருந்தது. அசைய முடியவில்லை. இடவலமாகவும் திரும்ப முடியவில்லை. இவ்வளவு இறுக்கத்தை வாழ்நாளில் இதற்கு முன் உணர்ந்ததுமில்லை. அந்தகாரத்தைக் கிழித்துக்கொண்டு அந்தக் குரல் மட்டும் செவிகளை உரசிச் சென்றது. உற்று கவனித்தேன்.

“உன்னை வரவேற்கிறேன். என் பெயர் ஜெனி. இங்குதான் நானும் வசிக்கிறேன். உன் பெயர் என்ன?”

அந்தக் குரலின் வசீகரம் இந்தக் கடும் குளிரிலும் மனதிற்கு இதமாக இருந்தது. அல்லது இதமாக இருப்பது போலத் தோன்றியது. அது

ஒரு பெண் குரல் என்பதாலா? இப்போது எனக்குள் மேலுமொரு கேள்வி எழுந்தது 'நான் ஆணா பெண்ணா திருநங்கையா?' எந்தப் பாலினம் நான் என்பதைக் கூட மறந்து போனேனா? என் உடலின் அங்கங்களைத் தொட்டு ஸ்பரிசித்தால்தானே நான் எந்தப் பாலினமென்பதை என்னால் உணரமுடியும்? ஆனால் அது எப்படி சாத்தியம்? என் கைகளும் அல்லவா மரத்துப் போயிருக்கின்றன. எனக்கு மார்பகங்கள் இருக்கின்றனவா என்பதைப் பார்த்துவிடலாம் என்றால் இந்த இருள் அதற்கும் வாய்ப்பளிக்கவில்லையே. அந்தக் குரலின் வசீகரம் எனக்குப் பிடிக்கிறது என்பதால் நான் ஆணோ அல்லது திருநங்கையோ என்று முடிவு செய்யலாமா? ஏன் ஒரு பெண்ணிற்கு மற்றொரு பெண்ணின் குரல் பிடிப்பதில்லயா? எதிர்பாலினத்திற்கு மட்டும்தான் பிடிக்கவேண்டுமா என்ன?

"என்ன தீவிர சிந்தனை போலிருக்கிறது?"

இவளும் ஏன் இந்த இருள் சூழ்ந்த அறையில் இருக்கிறாள்? வசிக்கிறேன் என்று சொன்னாளே. இங்கே எப்படி வசிக்க முடியும்? இது அனைத்தும் கனவா? இப்போது என்னை நானே கிள்ளிப் பார்க்கவும் முடியாத சூழலில் அல்லவா இருக்கிறேன்.

"என்... பெயர்... அறல்."

ஒவ்வொரு சொல்லும் இடைவெளிவிட்டு வந்து விழுந்தது.

"அருளா?"

"அருள் இல்லை அறல்"

"இப்படியொரு பெயரை நான் கேள்விப்பட்டதே இல்லை."

சொல்லிவிட்டு இந்த இருளுக்கு வலித்துவிடாதபடி சிரித்தாள் ஜெனி.

"அறல் என்பது தமிழ்ப்பெயர்."

வார்த்தைகள் சற்றுத் தடுமாறி வெளிக் குதித்தன.

"நல்ல பெயர்தான். இங்கே இன்னொருவரும் வசிக்கிறார்."

இந்த இருளுக்குள் இன்னொருவரா? ஜெனியிடம் பேச்சை வளர்க்கலாமா அல்லது மௌனமாக இருந்துவிடலாமா என

யோசித்தேன். அவள் குரலை வைத்துப் பார்க்கும்போது அவள் வயது கொஞ்சமாகத்தான் இருக்கவேண்டும். தயக்கத்துடன் உரையாடலைத் தொடர்ந்தேன்.

“யார் அந்த இன்னொருவர்?”

“அவள் பெயர் மதுக்குட்டி. இதோ என்னருகே நல்ல உறக்கத்திலிருக்கிறாள்.”

“ம் சரி.. நாம் எங்கே இருக்கிறோம்? ஏன் இருட்டாக இருக்கிறது? ஏனிந்த கடும் குளிர்?”

தெரிந்துகொள்ளும் ஆவலில் வரிசையாகக் கேள்விகளை அடுக்கினேன். அவளிடமிருந்து உடனே பதில் இல்லை. ஒரு நீண்ட மௌனத்திற்குப் பின் அவளது பெருமூச்சின் சப்தம் கேட்டது.

“உன் எல்லா கேள்விகளுக்குமான விடை நாளை விடியும்போது தெரியும் அறல்.. அதுவரை காத்திரு, எனக்கு உறக்கம் வருகிறது, முடிந்தால் காலையில் சந்திப்போம் குட்நைட்.”

சொல்லிவிட்டு அமைதியாகிவிட்டாள். அதென்ன ‘முடிந்தால் சந்திப்போம்’ என்கிறாள். என் முதுகிற்கு பின்னால் இருப்பவளால் என்னைச் சந்திக்க முடியாதா? அவளிடமிருந்து அதற்குப் பின் எவ்விதச் சலனமுமில்லை. உறங்கியிருப்பாள். இந்தக் குளிரில் எப்படி உறங்க முடிகிறது அவர்களால்? என் உடலுக்கும் இந்தக் குளிர் பழகிவிடுமா? அவள் என்னிடம் பேசும்போது மனது எடையற்றுப் போனதைக் கவனித்தேன். உடல்தான் கனம் கூடியிருந்தது.

சரி... நான் யார்? எதனால் இங்கிருக்கிறேன்? கண்கள் மூடி மீண்டும் தீவிரமாக யோசிக்கத் தொடங்கினேன். கண்கள் சொருக நானும் உறங்கிப் போனேன்.

வெளிச்சம் முகத்தில் படர ஆரம்பித்தபோதுதான் மெல்ல கண்விழித்தேன். எனக்கு முன்பு வரிசையாக சதுர வடிவ தொட்டிகள் இருந்தன. சிலவற்றில் யாருமில்லை. சில தொட்டிகளில் அசைவற்று என்னைப் போலவே சிலர் இருந்தனர். முகத்தில் அறைந்த வெளிச்சம் கணநேரத்தில் மறைந்துபோனது. அந்தச் சில நொடிகளில்தான் எனக்கு முன்பிருந்த வரிசையைக் கவனித்தேன்.

கொஞ்சம் கொஞ்சமாக எனக்குப் புரியத் தொடங்கியது. இனி இந்த இடத்தைவிட்டுப் பழைய வாழ்விற்குள் நுழைவது சாத்தியமில்லை. ஓடித் திரிந்த என்னுடைய முந்தைய வாழ்வின் சித்திரம் என் மனதெங்கும் விரிந்தது. ஒருவேளை மீண்டும் அந்த வாழ்விற்கு மாறினாலும் அது நிரந்தரமானதாக இருக்குமா என்பதும் கேள்விக்குறிதான். இந்த இருள்தான் மிச்சமிருக்கும் எனது வாழ்வுக்கான இடம் என்பது புரியத் தொடங்கியபோது, சுதந்திரமான வாழ்வை வாழ்ந்தபோது அது கொடுத்த மகிழ்ச்சியை நிரந்தரமானதென்று எவ்வளவு தவறாக நினைத்திருக்கிறேன் என்று நினைத்து வருந்தினேன். மனது வலித்தது. அந்த வாழ்வுக்குள் சென்றுவிட இயலாதா என மனம் ஏங்கித் தவிக்க ஆரம்பித்தபோதுதான் ஜெனியின் குரல் கேட்டது.

“குட்மார்னிங்... நல்ல உறக்கமா?”

அவளுடைய குரல் மனதிற்குள்ளிருந்த வலியை லேசாக்கியது போலிருந்தது.

“ம் குட்மார்னிங்... எப்போது உறங்கினேன் எனத் தெரியவில்லை... உடலின் அசதியில் அப்படியே உறங்கியிருப்பேன்.”

“முதல் நாள் இங்கே வந்தபோது எனக்கும் அப்படித்தானிருந்தது. இங்கே வந்து ஒரு வாரம் ஆகிவிட்டதால் இப்போது அசதி இல்லை. குளிருக்கும் பழகிவிட்டது உடல்.”

நேற்றை விட இன்று அவள் உற்சாகமாகப் பேசியது போலிருந்தது.

“எனக்கு குட்மார்னிங் கிடையாதா?”

மற்றொரு பெண் குரல். மதுக்குட்டியாகத்தானிருக்க வேண்டும்.

“குட்மார்னிங் மதுக்குட்டி. என் பெயர் அறல்.”

“ஓ தெரியுமே... ஜெனி சொன்னாள். நீங்கள் விழிக்கும்வரை உங்களைப் பற்றித்தான் பேசிக்கொண்டிருந்தோம்...”

மதுக்குட்டி, ஜெனியைவிட இளமையானவளாக இருக்க வேண்டும். அவள் பேச்சில் ஒருவிதத் துள்ளல் தன்மை இருந்தது. அன்று முழுவதும் மூவரும் பேசிக்கொண்டிருந்தோம். அவர்கள் என் முதுகைப் பார்த்துப் பேசினார்கள். அதாவது இருளில் என் முதுகு இருக்கும் இடம் நோக்கி. நான் அசைவற்று அவர்களது

குரல்களுக்கு பதில் சொல்லிக் கொண்டிருந்தேன். அவர்கள் இருவரிடமும் பேசினாலும் மனது மெல்ல மெல்ல ஜெனியின் மீதிருந்த ஈர்ப்பு குறைந்து மதுக்குட்டியின் மீது மையல் கொள்ள ஆரம்பித்தது. ஜெனியின் கேள்விகளுக்கு அளவாகவும் மதுக்குட்டியின் கேள்விகளுக்கு அதிகமாகவும் என்னிலிருந்து பதில்கள் வந்து விழுந்தன.

“இங்கிருந்து தப்பிச் செல்ல முடியுமா?”

எனது இந்தக் கேள்விக்கு இருவரிடமும் பதிலில்லை. மதுக்குட்டியின் விசும்பல் சத்தம் கேட்டது. ஜெனி அவளைத் தேற்றுவதற்காக ஏதேதோ சொல்லிக்கொண்டிருந்தாள். தப்பிச் செல்வது அவ்வளவு எளிதில்லை என்பது புரியத் தொடங்கியது. ஆனால் என் வாழ்வில் முடியாது என்பதே இல்லை. எப்படியும் தப்பிக்க வழி பிறக்கும் என்று என் இறுகிய உடலைப் போலவே மனதையும் உறுதியாக வைத்துக்கொள்ளத் தொடங்கினேன். இப்போது மதுக்குட்டியின் விசும்பல் நின்றிருந்தது. எப்படித் தப்பிப்பது என யோசிக்கும்போது ஜெனியின் குரல் கேட்டது:

“தப்பித்தல் பற்றிப் பேசினாலே கலங்கிவிடுகிறாள் மது.”

“ஏன் மது உனக்கு உன்மீது நம்பிக்கை இல்லையா?”

மதுக்குட்டியை மது என்றழைத்தது ஒருவித கிறக்கத்தைத் தந்தது. அதற்குள் எனக்கு அவள்மீது உரிமை வந்துவிட்டதா?

“என் அருகிலிருக்கும் தொட்டிகளில் இருந்தவர்கள் எல்லோரின் மரணமும் என் கண்முன்தான் நிகழ்ந்தது. நாமும் நாட்களை எண்ணிக்கொண்டிருக்கிறோம். இதில் தப்பித்துப் போவதைப் பற்றி எங்கிருந்து யோசிப்பது?”

அவள் கேட்டதில் உண்மையிருந்தாலும் மற்றவர்களுக்கு நிகழ்ந்தது தனக்கும் நிகழ்ந்துவிடும் என்று நம்புவது முட்டாள்தனமாக எனக்குத் தோன்றியது. மதுக்குட்டியைத் தேற்றும் விதமாக நானும் ஜெனியும் நம்பிக்கை வார்த்தைகளை அவள்மீது தெளித்தோம். சற்று நேரத்தில் அவளுக்குள்ளும் நம்பிக்கை பிறந்தது.

“நீங்கள் சொல்வதும் சரிதான். நாம் எதுவாக வேண்டும் என நினைக்கிறோமோ அதுவாகத்தான் நாம் ஆகவேண்டுமே தவிர

பிறர் நிலையைக் கண்டு நமக்கும் அது நேர்ந்துவிடுமோ என அச்சம் கொள்வதைத் தவிர்க்க வேண்டும்."

மிகுந்த உற்சாகத்துடனும் நம்பிக்கையுடனும் அவள் பேசியது மனதிற்கு நிறைவாக இருந்தது.

"ஜெனி, இன்று காலை நம்மீது விழுந்த வெளிச்சம் எத்தனை நொடிகள் நீடித்தது என்பதைக் கவனித்தாயா?"

எனக்குள் திட்டமொன்று உருப்பெற ஆரம்பித்தது.

"கவனித்தேன் அறல். இன்று பத்து நொடிகள் இருக்கும், நேற்றும் அதற்கு முந்தைய நாளும் கூட பத்து அல்லது பன்னிரண்டு நொடிகள்தான் இருந்ததாக ஞாபகம்."

"பத்து நொடிகளில் நாம் தப்பிப்பது எளிதல்ல. நம்மால் அசையவும் இயலவில்லை. இந்த உடலின் இறுக்கம் தளர்ந்தால்தான் நாம் தப்பிக்க முடியும். உடலைக் கட்டிப் போட்டது போல் இருக்கிறது. நமக்குத் தேவை ஐயாயிரத்து ஐநூறு நொடிகள். அதாவது தொண்ணூறு நிமிடங்கள்."

"அது சாத்தியமில்லை அறல். பத்து நொடிக்கும் ஐயாயிரத்திற்கும் வெகு தூரமல்லவா?"

ஜெனியின் குரலில் நம்பிக்கையில்லை.

"நான் யோசிக்க வேண்டும் ஜெனி. ஆனால் ஒன்று நிச்சயம் என்று என் உள்மனம் சொல்கிறது. அது நம் தப்பித்தல்."

என்னுடைய குரலின் உறுதி அவர்களுக்கு நம்பிக்கையைத் தந்திருக்க வேண்டும்.

"சரி நாங்கள் காத்திருக்கிறோம் அறல். நீ யோசித்து ஒரு வழியைச் சொல்."

சொல்லிவிட்டு எனக்கான அமைதியைத் தந்தார்கள். நான் ஈர்ப்பு விதியைப் பற்றி யோசிக்க ஆரம்பித்தேன். நீ எதுவாக வேண்டும் என நினைக்கிறாயோ அதுவாகிறாய் என்கிற வாசகத்தின் நீட்சிதான் ஈர்ப்பு விதி. கண்களை மூடி இந்த இருளுக்குள்ளிருந்து தப்பித்து என் பழைய வாழ்விற்குள் நுழைவதாக மீண்டும் மீண்டும் என் மனத்திரையில் நினைக்கத் தொடங்கினேன். அன்றிரவு முழுவதும்

உறக்கமின்றி நானும் ஜெனி, மதுக்குட்டியும் அந்தகாரத்திலிருந்து வெளிச்சத்திற்குள் ஊடுருவி விடுவதாக எண்ணிக்கொண்டே இருந்தேன். அந்த கனத்த இருளை விட உறுதியாக இருந்தது என் மனதெங்கும் வியாபித்திருந்த தப்பித்தலெனும் வேட்கை.

மறுநாள் கண்விழித்தபோது உடலின் இறுக்கம் தளர்ந்தது போலிருந்தது. என்னால் உடலை கொஞ்சமாய் அசைக்கவும் முடிந்தது. கதவிடுக்கின் வழியே வெளிச்சம் பாய்ந்து கொண்டிருந்ததால் உடலைத் திருப்பி, பின்னாலிருக்கும் ஜெனியையும் மதுக்குட்டியையும் பார்க்க முடிந்தது. இருவரும் என்னைப் பார்த்து, புன்னகைத்தார்கள். ஜெனியின் கண்களில் ஆனந்தக் கண்ணீர். மதுக்குட்டி கண்களால் எனை முத்தமிட்டுச் சிரித்தாள்.

“நாம் தப்பித்துவிடலாம் எங்கள் உடலின் இறுக்கம் தளர்கிறது அறல்.”

ஆனந்தக் கண்ணீருடனே சொன்னாள் ஜெனி. என் உடலின் இறுக்கம் முழுவதுமாகத் தளர்ந்தபோது ஓடிச்சென்று ஜெனியையும் மதுக்குட்டியையும் பற்றிக்கொண்டு கதவிடுக்கின் வழியே வெளியே குதித்தேன்.

அந்த சிமெண்ட் தரையில் குதித்தவுடன் அருகிலிருக்கும் பெரும் சுவர் தென்பட்டது. அதன் வழியே மிகப் பெரியதொரு குழாய் அவ்வீட்டின் வெளிப்புறத்திற்குச் சென்றது.

“சீ இதென்ன இப்படி நாற்றமெடுக்கிறது.”

நாசியைப் பொத்திக்கொண்டே என்னையும் ஜெனியையும் பின்தொடர்ந்தாள் மதுக்குட்டி. மூவரும் அந்தக் குழாயின் வழியே வெளியேறி வாடிய நிலையிலிருந்த பூச்செடியொன்றின் அடிப்பாகத்தில் வந்து விழுந்தோம்.

பூச்செடி தலையை உயர்த்திப் பார்த்தது. மிதமான காற்று வீசியதில் லேசாய் அசைந்தபடியே நின்றது.

“நீங்கள் யார்?” என அப் பூச்செடி எங்களிடம் கேட்டது.

“குளிர்சாதனப்பெட்டியின் அதிகுளிரூட்டிக் கதவுகளின் பின்னால் கவிந்திருக்கும் ஆழ்ந்த இருளில் அமர்ந்திருந்த ஐஸ் கட்டிகள்

நாங்கள். சில இரவுகளுக்கு முன் நீரிலிருந்து ஐஸ் துண்டங்களாக மாறினோம். என் பின்புறம் அமர்ந்திருந்தவளின் பெயர் ஜெனி. அவளருகே அமர்ந்திருந்தவள் மதுக்குட்டி. நாங்கள் வசித்த குளிர்சாதனப் பெட்டியின் அதிகுளிரூட்டிக் கதவை வீட்டின் உரிமையாளர் கவனக்குறைவால் சரியாக மூடாமல் போனதால் ஐஸ்கட்டி உடலைவிட்டு தப்பித்து எங்கள் நீர் உடலுக்குள் மீண்டும் நுழைந்து உனது வேருக்கு எங்கள் உயிரைக் கொடுக்கப் போகிறோம்" என்றேன் நான்.

"அறல்... இந்தப் பூச்செடியில் மூன்று மலர்களாக நாம் மலர்வோம் அல்லவா?" என்றாள் மதுக்குட்டி.

"இல்லை. நாம் மூவரும் ஒரே மலராகத்தான் மலர்வோம்" என்றபடியே மதுக்குட்டியையும் ஜெனியையும் அணைத்துக்கொண்டே ஈரம் படர்ந்த மண்ணுக்குள் புதைந்து போனேன்.

★

ரயிலில் பயணிக்கும் பெண்

முப்பத்தாறு மணிநேர ரயில் பயணம். குளிரூட்டப்பட்ட முதலாம் வகுப்புப் பெட்டியில் இருவர் மட்டுமே பயணிக்கும் கூபே வகை கம்பார்ட்மெண்ட்டில் நானும் மற்றொரு பெண்ணும் இருந்தோம். அவள் யார்? தெரியாது. அருகருகே அமர்ந்திருக்கிறோம். அவளுக்கும் எனக்குமான இடைவெளி வெகுசில அடிகள் மட்டுமே உள்ளன. ரயில் இன்னும் சற்று நேரத்தில் கிளம்பிவிடும். அவளது உடலிலிருந்து புதுவித வாசனையொன்று வீசிக்கொண்டிருந்தது. காட்டு புஷ்பங்களின் வாசனையோ என்றுதான் முதலில் நினைத்தேன். ஆனால் அதன் வாசம் அப்படியில்லை. மழைக்குப் பின்னான மண்வாசனையுடன் உதிர்ந்த மாம்பூக்களின் வாசமும் கலந்தால் எப்படியிருக்குமோ அப்படியொரு வாசனை. ரயில் மெதுவாய் நிலையத்தைவிட்டு நகரத் தொடங்கியது. அவள் தன் வாசனையின் மூலம் என்னுடன் உரையாடத் தொடங்கியிருந்தாள். நானொரு வாசனை விரும்பி போல கேட்டுக் கொண்டிருந்தேன். அல்லது நுகர்ந்துகொண்டிருந்தேன். ரயிலின் அசைவுகளில் அவளது மெல்லுடல் அசைவதைக் கண்டபோது பியானோவொன்றில் நடனமிடும் மென்விரல்கள் என் ஞாபகத்தில் மலர்ந்தன. அப்படியொரு மென்விரல்காரியை முன்பொருமுறை சந்தித்திருக்கிறேன். அவளது விரல்களுக்காக மட்டுமே அவளை

அதிகமாய் பிடித்திருந்தது. அதை அவளிடம் சொன்னபோது அவளது விரல்கள் வெட்கப்பட்டதை நான் மட்டுமே அறிவேன். அந்த மென்விரல்காரியின் விரல்களைப் போலில்லாமல், சற்று சதைப்பிடிப்புடன் இருந்தது இந்த வாசனைக்காரியின் விரல்கள்.

ரயில் இன்னும் முப்பத்தைந்து மணி நேரத்தில் தில்லியை அடைந்துவிடும். அதன் பிறகு அவள் யாரோ நான் யாரோ. அதற்கிடையேயான இரவும் பகலும் எனக்கும் அவளுக்குமானது. அவை எங்கள் இருவரைத் தவிர வேறு எவரும் உள்நுழைந்துவிட முடியாத கணங்களுக்கானவை. ரயிலின் வேகம் அதிகரிக்க அதிகரிக்க அவளது உடலிலிருந்து வெளிப்படுகிற வாசனையின் கனம் கூடிக்கொண்டே இருந்தது. உடலின் எப்பாகத்திலிருந்து இந்த வாசனை வெளிப்படும்? எது உடலின் கதவு? கேள்விகள் என்னுள் எழுந்தவண்ணம் இருந்தன. அவளோ ஜன்னல் வழியே விரைந்தோடும் காட்சிக்குள் மூழ்கியிருந்தாள். உடலின் கதவா அல்லது ஜன்னலா எதுவோ ஒன்றின் வழியே அவளுடைய மனதிற்குள் நுழைந்துகொண்டு சற்றுநேரம் வசித்துத் திரும்ப யத்தனித்தபடி நான் தளும்பிக்கொண்டிருந்தேன். தொண்ணூறு நிமிடங்கள் கழிந்த பிறகு முதன் முதலாய் என்னைத் திரும்பிப் பார்த்தாள்.

நானொரு பழகிய நாய்க்குட்டியைப் போல அவள் கண்களுக்குத் தோன்றியிருக்கிறேன். குறுநகை புரிந்தாள். குளிர்கால நதியில் உடல் பட்டது போல சில்லிட்டது. அவளது கண்களின் அருகே இரண்டு சிவப்புநிறப் பறவைகள் இருந்தன. கழுத்திலும் மார்பிலும் பார்த்துச் சலித்த டாட்டுக்களைக் கண்களின் அருகில் இப்பொழுதுதான் பார்க்கிறேன். மழையின் கனம் தாளாத சிறுமலர் தலைகவிழ்வது போல தரையை நோக்குகிறேன். அவளது சித்திரம் தரையிலொரு பெரும் சித்திரமாக வரையப்பட்டிருக்கிறது. ஒரு கணம் மட்டுமே கண்களுக்குள் விழுந்தவளை உடனே உள்வாங்கி, தரையில் பெரியதொரு சித்திரமாக்கியிருந்தது எது என்று யோசிக்கிறேன்.

அவள் இப்போது மீண்டும் கடந்து செல்லும் மரங்களையும் ஜன்னல் வழியே கசிகின்ற வெளிச்சக்கோடுகளையும் பார்த்தபடியே அமர்ந்திருக்கிறாள். சிலையொன்று உயிர் பெற்றுப் புடவையில் அமர்ந்திருந்தால் எப்படி இருக்குமோ அப்படி. அவளது இடக்கையின் சிறுரோமங்கள் அடர்வனத்தின் விருட்சங்கள்

போல, ஆனால் சிறியதாக அசைந்தபடி இருக்கின்றன. அந்த ரோமங்கள்தான் அவ்வுடலின் கதவுகளோ? அந்த ரோமக்காட்டினுள் நுழைந்து தொலைந்து மீண்டுகொண்டிருக்கும் வேளையில் ரயிலின் வேகம் குறையத் தொடங்கியது. வேகமெடுக்கும் ரயிலைப் போலவே வேகம் குறையும் ரயிலின் அசைவும் தாங்க முடியாத மகிழ்வைத் தருகிறது. அவளுக்கும் அது பிடித்திருக்க வேண்டும். சம்மணமிட்டு உட்கார்ந்துகொண்டு நாடியில் கையை வைத்தபடி வெளியே பார்க்கிறாள். என்னுள் அதிவேகமெடுக்கிறது இல்லாத ரயிலொன்று.

விளக்கு அணைத்தவுடன் அவள் லோயர் பெர்த்திலும் நான் அப்பர் பெர்த்திலும் படுத்திருந்தோம். இந்த நான்கு மணிநேரப் பயணத்தில் இதுவரை அவள் ஒருமுறை கூட தன் மொபைலை எடுத்துப் பார்க்காதது எனக்கு வியப்பளித்தது. நானோ மொபைலை பார்த்துக் கொண்டிருப்பதான பாவனையில்தான் அதிக நேரம் அவளைப் பார்த்துக் கொண்டிருந்தேன். கம்பார்ட்மெண்டில் ஜன்னல் வழியே வந்துவிழும் வெளிச்சத்தைத் தவிர பரவலாக எந்த வெளிச்சமுமில்லை. கதவிடுக்கின் வழியே வேறெங்கிருந்தோ கொஞ்சமாய் கசிந்துகொண்டிருந்த சிறு மென்வெளிச்சம் அந்த இரவின் இருளை ஓர் கூரிய கத்தியால் பாலாடைக் கட்டியைக் கீறுவது போல கீறிக்கொண்டிருந்தது. இந்த மெல்லிய இருளுக்குள் அவளின் வாசனை மட்டுமே அடர்ந்திருந்தது. அது நாசிக்குள் இறங்கி உடலெங்கும் ஒருவிதப் புத்துணர்வை நொடிக்கு நொடி தந்துகொண்டே இருந்தது. அப்போதுதான் அவள் பெயர் என்னவாக இருக்கும் என்று மனம் யோசிக்கத் தொடங்கியது. எதுவாகவும் இருந்துவிட்டுப் போகட்டும். அவளுக்கென நானொரு பெயர் சூட்ட வேண்டும். அப்பெயர் ஒரே ஒரு விதிக்குள் அடங்கவேண்டும். மிக மிக மிருதுவாக இருத்தல் வேண்டும் என்பதே அவ்விதி.

இப்போது அவள் உறங்கியிருக்கக்கூடும். எனக்கு உறக்கம் வரும் வரை அவளுக்கான பெயர் சூட்டலில் நேரம் கழிந்துவிடும். ஒவ்வொரு மிருதுவான பெயர்களாக என் முன்னால் ஜாலமிட்டுக் கொண்டிருக்கின்றன. என்னைத் தேர்ந்தெடு என்று அவை என்னிடம் சொல்லியபடியே இருக்கின்றன. சிறிய ஊசியால் ஒவ்வொரு பலூன்களாக உடைப்பது போல ஒவ்வொரு பெயரையும் உடைத்து தூர வீசுகிறேன். கடைசியாக ஸித்தாரா

எனும் பெயரைத் தேர்வு செய்து உள்ளங்கைகளில் ஏந்தி மெல்ல கீழ் பெர்த் நோக்கி நழுவவிடுகிறேன். கைகளில் ஏந்திய ஆற்று நீர் மீண்டும் ஆற்றிலேயே நழுவி விழுவதைப் போல அந்தப் பெயர் என் கைகளிலிருந்து நீங்கி அவளை நோக்கி மிதந்து மிதந்து செல்கிறது.

இப்போது ஸித்தாராவாகிவிட்ட அவள் உறங்கிக்கொண்டிருக்கிறாள். ரயில் இருளுக்குள் விரைந்து கொண்டிருக்கிறது.

கம்பார்ட்மெண்ட்டில் வெயில் நிரம்பியிருந்தபோது கண்விழிக்கிறேன். சோம்பல் முறித்துக் கீழே இறங்கி வருகிறேன். அவளைக் காணவில்லை. அவள் படுத்திருந்த வெண்நிறப் போர்வையின் ஓர் ஓரத்தில் படுத்திருந்தது ஸித்தாரா எனும் பெயர். நான் பார்த்துக் கொண்டிருக்கும்போதே அது ஒரு புன்முறுவலுடன் ஓடிவந்து என் தோள்மீது ஏறி நின்றுகொண்டது.

கழிப்பறையிலிருந்து திரும்பியவள் முகத்தில் ஒன்றிரண்டு நீர்த்துளிகள் ஐய்யோ மரணிக்கப் போகிறோமே என்கிற கவலையில் நடுங்கியிருந்தன. துவாலையால் அவற்றைத் துடைத்துக் கொன்று விட்டு ஜன்னலோரம் அமர்ந்தாள்.

நானும் என் தோள்மீது அமர்ந்திருந்த ஸித்தாரா எனும் பெயரும் நேற்று இரவு ஸித்தாராவாக ஜனித்தவளைப் பார்த்துக் கொண்டிருந்தோம். அவள் எந்தவித பிரக்ஞையும் இல்லாமல் ஆர்டர் செய்திருந்த தேநீரைக் குடிக்கத் தொடங்கினாள். ஒவ்வொரு மிடறாக மரணத்தைத் தழுவிக்கொண்டிருந்தது தேநீர். குடித்து முடித்த பின் என் பக்கமாகத் திரும்பியவள் குட்மார்னிங் என்றபடி இதழோரம் சிறியதாய் புன்னகையொன்றை மலர்த்தினாள்.

ஸித்தாரா வெட்கியபடி என் வலது தோளிலிருந்து கழுத்துவழியே ஓடி இடது தோளுக்குச் சென்று அமர்ந்துகொண்டது. நான் பதிலுக்கு குட்மார்னிங் என்றபோது ரயில் தன் வேகம் குறைந்து நிலையம் ஒன்றில் நின்றது.

நேற்றிரவு வீசிய வாசனையைத் தேடிக்கொண்டிருந்தது என் நாசி. வெயில் கவர்ந்து சென்றிருக்கலாம் என்று காதோரம் கிசுகிசுத்தது ஸித்தாரா. அவள் கண்களை மூடியபடி தன் மொபைலில் இசையை ரசிக்கத் தொடங்கியிருந்தாள். நான் அந்தக் காட்சியை வெட்டி எடுத்து என் கண்களுக்குள் பொதிந்து வைத்துக்

கொண்டேன். கம்பார்ட்மெண்ட் கதவைத் திறந்து வெளியே வந்து கழிப்பறை அருகேயிருக்கும் கண்ணாடியில் என் முகத்தைப் பார்த்தேன். கொஞ்சமாய் நீர் தெளித்து முகம் கழுவிய பின் மனம் உற்சாகத்துடன் இருப்பது போலிருந்தது. என்ன பேசுவது எப்படி ஓர் உரையாடலை தொடங்குவது என்று கண்ணாடியிடம் கேட்டுக்கொண்டிருந்தேன். ரயில் நிறுத்தத்திலிருந்து மெதுவாக நகரத் தொடங்கியது.

ஸித்தாரா கால்மேல் கால்போட்டபடி ஏதோவொரு புத்தகத்தை வாசித்துக் கொண்டிருந்தாள். காதுகளில் ஹெட்ஃபோன் இருந்தது. இசையை ரசித்தபடியே வாசிக்கிறாள் என் ஸித்தாரா. அதெப்படி அதற்குள் ஸித்தாரா என் ஸித்தாரா என்றாக முடியும்? அவள் மனதில் என்ன இருக்கிறதென்பதே எனக்குத் தெரியாது என்பதால் அந்த என் என்பது தவறி விழுந்த சொல் என்று மனதிடம் சொல்லி வைத்தேன். சற்று நேரத்திற்குப் பின் அவள் ஜன்னல் பக்கமாகத் திரும்பியபோதுதான் அவளது முதுகிலிருந்த பிறை வடிவ தழும்பைப் பார்த்தேன். நேற்று எப்படி இதைத் தவறவிட்டேன்? அந்தத் தழும்பை எங்கிருந்து பெற்றிருப்பாள். அந்தத் தழும்புக்குப் பெயர் கிடையாதா என்றது என் தோளில் அமர்ந்திருந்த ஸித்தாரா. வைத்துவிடலாம்தான். ஆனால் அவள் அதற்கொரு பெயர் வைப்பதை விரும்புவாளா? விரும்பியதைத்தானே பெயரிட்டு அழைக்கிறோம். ஒருவேளை அந்தத் தழும்பு அவள் விரும்பிடாத ஒன்றாக இருந்தால் என்ன செய்வது? சரி, அவளிடமே கேட்டுவிடலாம் என்றெண்ணிய நேரத்தில் அத்தழும்பு பிறை வடிவிலிருந்து கண்ணீர்த்துளியின் வடிவமாக மாறியது. இதென்ன தழும்புக்கு உருமாறத் தெரியுமா?

ஒரு பெயருக்கு உன்னுடன் உரையாடத் தெரிகையில் தழும்புக்கு உருமாறத் தெரியாமல் இருக்குமா எனச் சொல்லிவிட்டுச் சிரித்தது தோளில் அமர்ந்திருக்கும் ஸித்தாரா. அவள் விரும்பாத தழும்பாகத்தான் அது இருக்க வேண்டும் என்று நினைத்துக்கொண்டே பார்வையை திருப்பிக்கொண்டேன்.

ஏன் என்னுடலில் அப்படி ஒரு தழும்பு இல்லாமல் போனது? என் முதுகில் நான் அறியாத தழும்பேதும் இருக்கிறதா? எனக்கு இப்போதே ஒரு தழும்பு வேண்டும். அதுவும் பிறை வடிவில். அவள் தன் கண்கொண்டு பார்க்கும்போது அது உருமாற

வேண்டும். கண்ணீர்த்துளியாகவோ அல்லது அவள் விரும்பும் ஏதோவொன்றாகவோ. கொஞ்சம் பொறு என்றபடி தோளிலிருந்து என் முதுகில் குதித்துத் தழும்பைத் தேடத் தொடங்கியது ஸித்தாரா. பின் என் காதோரம் வந்து சொன்னது.

'உன் முதுகில் தழும்பு எதுவும் இல்லை ஆனால் மீன் வடிவத்தில் மச்சம் இருக்கிறது. அவள் அதை விரும்புவாள்.'

நான் ஸித்தாராவைப் பார்த்தேன். அவள் மஞ்சள் வெயிலைப் போல ஒய்யாரமாய் அமர்ந்திருந்தாள். அவளது இடக்கை விரல்கள் ஒவ்வொன்றிலும் ஏறி இறங்கிக்கொண்டிருந்தது என் பார்வை. யாரென்றே தெரியாத பெண்ணிடம் எதற்கென்றே தெரியாத உணர்வுகளால் நிரம்பியிருந்தேன். கண்கள் மூடி அமர்ந்திருந்தவளின் கண்களோரம் துளிர்த்து கன்னத்தில் பாதையொன்றை உருவாக்கி வழிந்தது நீர். எனக்குள் ஏதோ உடைந்தது.

ஏன் அழுகிறாள்? அவளது கரம் பற்றிக்கொண்டு அழாதே ஸித்தாரா என்று சொல்ல வேண்டும் போல் தோன்றியபோது கண்ணீரைத் துடைத்துக்கொண்டு ஜன்னலில் தலைசாய்த்துக் கொண்டாள். அக்கணம் நானொரு ஜன்னலாக இல்லாமல் போனேன் என்று தோன்றியதும் கனத்த மனதுடன் வேறு பக்கம் தலையைத் திருப்பிக் கொண்டேன்.

தன் கைப்பையிலிருந்து சிறியதொரு முகம் பார்க்கும் கண்ணாடியை எடுத்து அதில் தன் பிம்பத்தைப் பார்த்துக் கொண்டிருந்தாள் ஸித்தாரா. அப்போது அவளது இதழ்கள் மெதுவாய் எதையோ முணுமுணுத்தன. உற்று கவனித்தேன். "நம் வாழ்வில் நம் முகத்தை என்றுமே நம்மால் பார்க்க இயலாது. நாம் காண்பது நம் முகத்தின் பிம்பம். அதுவே நம் முகம் என்று வாழ்நாள் முழுவதுமாய் நம்பிக்கொண்டிருக்கிறோம்"

அவள் அப்படிச் சொன்னதும் என் முகமென்று நான் நம்பிக்கொண்டிருக்கும் பிம்பத்தை ஸித்தாராவின் கண்கள் மட்டும்தான் காணமுடியும் என்று நினைத்தபோது மனது விம்மியது. கண்ணாடிக்குள் அவள் கண்கள் எதையோ தேடிக் கொண்டிருந்தன. ஒவ்வொரு புல்நுனியாகச் சென்று அதன் மேலிருக்கும் பனித்துளியில் தன் முகத்தின் பிம்பத்தைப் பார்த்துச் செல்லும் வெளிமான் போலவே ஸித்தாரா அந்தக் கண்ணாடிக்குள் எதையோ தேடிக்கொண்டிருந்தாள்.

இரவு கவியத் தொடங்கியிருந்தது. ரயில் இன்னும் பத்து மணி நேரத்தில் தில்லியை அடைந்துவிடும். மரப்பொந்திற்குள் நுழையும் சர்ப்பமென ரயில் இருளுக்குள் நுழைந்து தன் நீண்ட உடலை மறைத்துக்கொள்ளத் துடித்துக்கொண்டிருந்தது. விடிந்த பிறகு நிறுத்தம் வந்தவுடன் என் முப்பத்தாறு மணிநேர சக பயணி ஸித்தாரா இறங்கிச் சென்றுவிடுவாள். இனி ஒருபோதும் அவளை என்னால் சந்திக்க முடியாமல் போகலாம். அம்முகத்தை அதன் வசீகரத்தை ஒவ்வொரு சொற்களாகச் செதுக்கி எடுத்து அவளுக்கு பரிசளிக்க முடியாமல் போனதற்காக வருந்துகிறேன். அவளுக்கென நான் சூட்டிய பெயரைக்கூட என்னால் சப்தமிட்டு உச்சரிக்க முடியாமல் போனது. தன் வாழ்நாளில் சில மணிநேரம் மட்டுமே தன்னுடன் பயணிக்கும் ஒருவர் தனக்குச் சூட்டிய பெயரை அறிந்துகொள்ளாமலே அவள் இறங்கிச் சென்றுவிடுவாள்.

நீ அதிகம் யோசிக்கிறாய். அவளிடம் பேசுவதில் உனக்கேன் இவ்வளவு தயக்கம் என்ற கேள்வியை என் முன்னே வீசியது ஸித்தாரா. எல்லோரிடத்திலும் நினைத்தவற்றை நினைத்தவுடன் பேசிவிட முடிகிறதா? ஏன் சமயங்களில் என்னிடம் நானே பேச இயலாமல் மௌனித்திருந்த நாட்கள் ஏராளம்தானே. பின் எப்படி ஸித்தாராவிடம் என்னால் பேச முடியும். ஒருவேளை நான் பேசிய பிறகு அவள் உதிர்க்கும் சொற்களில் ஏதோவொன்று என்னைக் காயப்படுத்திவிட்டால் என்ன செய்வது? கேள்விகள் ஒவ்வொன்றாய் உயிர்பெற்று என்னைச் சுற்றிச் சுற்றி வந்தபோது என் கண்கள் உறக்கத்தைத் தழுவியிருந்தன.

ரயில் தில்லியைச் சேர்வதற்கு இன்னும் சில நிமிடங்களே இருந்தபோது ஸித்தாரா என்னிடம் அந்தக் கேள்வியைக் கேட்டாள்.

“நீங்கள் ஏன் என்னிடம் பேசவே இல்லை?”

என்னால் உடனே பதில் சொல்ல முடியவில்லை. ரயிலைப் போலவே தடதடத்தது மனம். நான் உன்னுடன் மட்டும்தான் இந்த முப்பத்தாறு மணி நேரங்கள் பேசிக்கொண்டிருந்தேன் ஸித்தாரா என்று சொல்வதா அல்லது பேச முடியாத அற்புத கணங்களை நீ தொடர்ந்து எனக்கு பரிசளித்துக் கொண்டிருந்தாய் எனச் சொல்வதா எனத் தடுமாறி மௌனித்திருந்தேன், அவள் தொடர்ந்தாள்,

“உங்கள் முதுகிலிருக்கும் மீனுக்கு நானொரு பெயர் வைத்திருக்கிறேன், நேற்று நீங்கள் சுடிதாரிலிருந்து சேலைக்கு மாறியிருந்தபோதுதான் அந்த மீன் மச்சத்தைக் கவனித்தேன். அதற்கு நான் வைத்த பெயரைச் சொல்லவா?”

ம்... என்று தலையாட்டிவிட்டு விழிகள் மலர அவளையே பார்த்துக் கொண்டிருந்தேன். என்னுடல் சன்னமாய் நடுங்கியதில் என் கண்ணாடி வளையல்கள் ஒன்றுடன் ஒன்று உரசிக்கொண்டு மெல்லிய சப்தம் எழுப்பின. தில்லி ரயில் நிலையத்திற்குள் நுழைந்து நின்றது ரயில்.

“அந்த அழகிய மீன் மச்சத்திற்கு நான் வைத்த பெயர் ஸித்தாரா”

சொல்லிவிட்டு இறங்கிச் சென்றாள். எனக்கு என் ஸித்தாராவைப் பார்க்க வேண்டும் போலிருந்தது.

★

சித்திரைப்பூ

இப்படி ஒரு விடியலிருக்கும் என்று சித்திரைப்பூ நினைத்துப் பார்க்கவில்லை. அதிகாலை ஐந்து முப்பதுக்கு மொபைல் அலாரம் அடித்தபோது எழுந்தவள் மொபைல் டேட்டாவை உயிர்ப்பித்ததும் முகநூலுக்குள் நுழைந்து சிறிது நேரம் பார்த்துக்கொண்டிருப்பது வழக்கம். இன்றும் அப்படித்தான் நுழைந்தாள். அங்கே பகிரப்பட்டிருந்த ஓர் அறிக்கை அவளை உலுக்கிவிட்டது. சடாரென்று படுக்கையிலிருந்து எழுந்து உட்கார்ந்தவள் முழுவதுமாக அந்தப் பதிவை வாசிக்கத் தொடங்கினாள்.

“இதனால் சகலமானவர்களுக்கும் தெரிவித்துக்கொள்வது என்னவெனில் பத்து வருடங்களுக்கு முன்பு எனக்கு நடந்த கொடூரம் இனியும் தொடரக்கூடாது என்பதற்கான பதிவு இது. அப்போது ஆறாம் வகுப்புக்கென என் ஊரிலிருந்து பத்து கிலோமீட்டர் தொலைவிலிருகும் டவுன் பள்ளியில் என்னை சேர்த்துவிட்டார்கள். ஆறாம் வகுப்பு பிரிவு பி என் வாழ்வில் என்றும் மறக்கமுடியாத வடுக்களைத் தந்துவிடும் என்று அப்போது எனக்குத் தெரியவில்லை. என் தமிழாசிரியர் ராம்குமார் என்னிடம் தன் பாலியல் சீண்டல்களை ஆரம்பித்தார். வெளியில் சொன்னால் என்னைக் கொன்றுவிடுவதாகவும் மிரட்டினார். அந்த பாலியல் தொல்லையால் நானடைந்த மன உளைச்சல் என் படிப்பையும் மனதையும் வெகுவாக பாதித்தது. இன்று அவருக்கு நல்லாசிரியர் விருது அறிவித்திருக்கிறார்கள். இனியும் நான் பேசாமல் இருந்தால்

என் மனதை சிதைத்ததைப் போல இன்னும் பலரையும் அவர் சிதைக்கக்கூடும். வெளியில் சொல்ல முடியாத பெரும் பாரத்துடன் இத்தனை வருடங்கள் தவித்திருந்தேன். இனியும் அப்படி இருத்தல் கூடாது என்பதால் இந்தப் பதிவு. அவருக்கான தண்டனையை அவர் அடைந்தே தீர வேண்டும் என்பதே என் நோக்கம். #மீடூ #தேவைநீதி"

அந்தப் பதிவின் கீழ் பலர் ராம்குமாருக்கு தண்டனை வேண்டும் எனப் பின்னூட்டமிட்டிருந்தார்கள். முப்பத்து ஏழு பேர் பதிவைப் பகிர்ந்திருந்தார்கள். அந்தப் பதிவிலும் சிலர் ஹாஹா எனும் எமோஜி பொம்மையை அழுத்தியிருந்தார்கள்.

மதுமிதாவின் பதிவை வாசித்து முடித்ததும் சித்திரைப்பூவின் உடல் அதிர ஆரம்பித்தது. இதயம் வேகமாக அடித்தது. மதுமிதாவிற்கு இப்படி ஒரு விஷயம் நடந்திருப்பது தந்த அதிர்வைவிட அதில் அவள் குறிப்பிட்டிருந்த ராம்குமாரின் பெயர் தந்த அதிர்வுதான் அதிகமாக இருந்தது. காரணம் ராம்குமார் சித்திரைப்பூவின் பெரியப்பா மகன். அவரா இப்படி? இந்தப் பதிவை அவரோ அவரது மனைவி முத்துச்செல்வியோ பார்த்திருப்பார்களா? அவளுக்குள் எழுந்த கேள்விகள் ஒவ்வொன்றும் சர்ப்பமென உருவெடுத்து அவளை விழுங்கிவிடத் துடித்தன.

இதை யாரிடம் சொல்வது எப்படிச் சொல்வது என்று யோசித்தவளுக்கு தன்னுடன் பணிபுரியும் காயத்ரி நினைவுக்கு வந்தாள்.

காயத்ரி, சித்திரைப்பூ வேலையில் சேர்ந்த ஐ.டி கம்பெனியில் அவளது டீமிற்கு மூன்று மாதம் கழித்து வேலைக்குச் சேர்ந்தவள். சொந்த ஊர் கும்பகோணம் என்றாலும் அவள் படித்தது புதுதில்லியில். எதற்கும் பயப்படாதவள். அலுவலகத்தில் ஒருமுறை டீம் லீட் சந்திரன் ஏதோ கோபத்தில் திட்டும்போது ஆங்கிலத்தில் கெட்டவார்த்தையொன்றை உபயோகித்துவிட்டான். எல்லோர் முன்பும் அவனது கன்னத்தில் அறைந்துவிட்டு தன் இருக்கைக்கு போய் உட்கார்ந்தாள் காயத்ரி. அதனையொட்டி ஹெச்.ஆரிலிருந்து என்கொயரி நடந்தபோதும் தான் செய்ததில் எவ்விதத் தவறுமில்லை என்று வாதிட்டாள். அப்போதிருந்தே சித்திரைப்பூவுக்கு காயத்ரி என்றாலே தைரியம் என்கிற எண்ணம் மனதிற்குள் ஆழமாகப் பதிந்துவிட்டிருந்தது.

மணி ஆறு. இந்நேரம் தூங்கிக்கொண்டிருப்பாள். அவளுக்கு வாட்ஸப்பில் கால் மீ அர்ஜெண்ட் என ஒரு மெசேஜ் அனுப்பிவிட்டு குளியலறைக்குள் நுழைந்தாள்.

அலுவலகத்துக்குக் கிளம்பி பஸ்ஸில் ஏறி உட்கார்ந்தபோது காயத்திரியிடமிருந்து அழைப்பு வந்தது. விஷயத்தைச் சொன்னவுடன் நேரில் பேசுவோம் பார்த்துக்கொள்ளலாம் என்றாள். பேசி முடித்தபின் ஜன்னல் வழியே வேடிக்கை பார்த்துக்கொண்டே பயணித்தாள். மனம் நிலைகொள்ளாமல் இருந்தது. ராம்குமார் அண்ணனுக்கு எட்டு வயதிலும் ஐந்து வயதிலும் இரண்டு மகள்கள் இருக்கிறார்கள். அவர்களுக்கு தன் அப்பாவைப் பற்றிய இந்தக் குற்றச்சாட்டு புரியும் வயதில்லை என்பது சற்று ஆசுவாசமாக இருந்தது. ஆனாலும் அண்ணியை நினைத்தாள். அவள் எப்படி இதை எதிர்கொள்வாள்? அண்ணனை செருப்பால் அடித்துவிட்டு அவள் அம்மா வீட்டிற்கு போய்விடுவாளா? ஏதேதோ எண்ணங்கள். யார் அந்த மதுமிதா? அண்ணன் வேலை பார்த்த அதே பள்ளியில்தானே நானும் படித்தேன். மதுமிதா என்று யாரும் நினைவுக்கு வரவில்லையே. அவளது முகநூல் பக்கத்திற்குச் சென்று பார்த்தாள். அவள் ஊர் சென்னை, பிடித்த இசையமைப்பாளர் இளையராஜா, பிடித்த எழுத்தாளார் சுஜாதா என்பதைத் தாண்டி வேறெதுவும் இல்லை. தான் ஆறாம் வகுப்பில் சேர்ந்த நாள் ஞாபகத்தில் மலர்ந்தது.

ராம்குமார் அண்ணனின் தங்கை என்பதால் ஹெச்.எம் புன்னகைத்தபடியே சித்திரைப்பூவிடம் வந்து “நம்ம ராம் சாரோட தங்கச்சியாம்மா நீ.. நல்லா படிக்கணும் செரியா?” என்றார். தலையசைத்துவிட்டு வகுப்பு நோக்கி நடந்தாள். அவளது தெருவிலிருக்கும் காமாட்சியும் அதே பள்ளியில் சேர்ந்திருந்தாள். இருவரும் சேர்ந்துதான் பள்ளிக்கூடத்திற்குப் போய் வருவார்கள். காமாட்சிதான் வகுப்பில் முதல் ரேங்க் எடுக்கும் மாணவி. அவளது கையெழுத்து அழகாக இருக்கும். காமாட்சியைப் போல நன்றாகப் படித்து முதல் ரேங்க் எடுத்துவிட வேண்டும் என்று முயன்றுகொண்டே இருந்தும் அவளால் முதல் ரேங்க் எடுக்கவே முடியவில்லை. பள்ளி முடிந்ததும் வீட்டிற்கு நடந்து போகும் வழியில் கோயிலொன்று இருந்தது. வாரத்தில் ஒன்றிரண்டு நாட்கள் அதன் தெப்பக்குளப் படிக்கட்டில் உட்கார்ந்து கொஞ்சநேரம் பேசிக்கொண்டிருப்பார்கள். அந்தக் குளத்தில் மலர்ந்திருக்கும்

தாமரைப்பூவிற்கும் அல்லிப்பூவிற்கும் காமாட்சி பெரும் ரசிகையாக இருந்தாள். அவள் அதற்குச் செல்லமாக பெயரும் வைத்திருந்தாள். சித்திரைப்பூவும் காமாட்சியும் அங்கு வந்தவுடன் தாமரைகளும் அல்லிகளும் முகம் மலர்ந்து தலை சாய்த்தாடுவது போலிருக்கும். பள்ளியிலிருந்து வரும் வழியில் வாங்கிவந்த சிறுநெல்லிக்காய்களை உப்புடன் சேர்த்துக் கடித்துத் தின்பார்கள். அந்தத் தெப்பக்குளத்தின் படிகள் அவர்கள் வருவதற்காகவே காத்திருக்கும்.

திடீரென்று ஒரு நாள் காமாட்சி அந்த ஊரைவிட்டே போனாள். அவள் அப்பா கோயமுத்தூரில் புதிய தொழில் ஆரம்பித்திருப்பதாக ஊருக்குள் பேசிக்கொண்டார்கள். சித்திரைப்பூவுக்கு காமாட்சியைப் பார்க்க வேண்டும் போலிருந்தது. ஆனால் அவள் போன பிறகு நாட்கள் வேகமாக நகரத் தொடங்கியிருந்தன. காமாட்சியுடன் சேர்ந்து ரசித்த தெப்பக்குளத்தின் மலர்களை அவள் இல்லாமல் பார்ப்பதற்கு சித்திரைப்பூவுக்குப் பிடிக்கவில்லை. கல்லொன்றை எடுத்து அந்த மலர்கள் மீது எறிந்துவிட்டு வீட்டிற்குப் போனவள் அதன் பிறகு அந்தத் தெப்பக்குளத்தின் பக்கமே போகவில்லை.

பேருந்து நிறுத்தத்தில் இறங்கி அலுவலகத்தின் அருகிலிருக்கும் காஃபி ஷாப்பில் ஒரு கேப்பச்சினோ ஆர்டர் செய்துவிட்டு காயத்ரிக்காகக் காத்திருந்தாள். கேப்பச்சினோ வருவதற்கு இரண்டு நிமிடம் முன்னதாக ஆக்டிவாவில் வந்திறங்கினாள் காயத்ரி. சித்திரைப்பூவுக்கு காயத்ரியைப் பார்த்தவுடனே கொஞ்சம் பதற்றம் நீங்கியது போல் இருந்தது. உள்ளே நுழைந்த காயத்ரி தனக்கொரு காஃபி சொல்லிவிட்டு சித்திரைப்பூவின் எதிரே அமர்ந்தாள்.

“நீ உங்க அண்ணன சந்தேகப்படுறியா?”

தன் கண்களை ஊடுருவிப் பார்த்தபடி அவள் அப்படிக் கேட்டது என்னவோ போலிருந்தது.

“நிச்சயமா இல்ல காயூ. அந்தப் பொண்ணு படிச்ச அதே க்ளாஸ்லதான் நானும் படிச்சேன். எங்க அண்ணன் மேல எனக்கு ஒரு பெர்சன்ட்கூட சந்தேகமில்ல.”

“அப்ப அவ எஃப்.பில ஏன் அப்படி ஒரு போஸ்ட் போடணும்? பாதிக்கப்படாம ஒருத்தி தைரியமா அப்படி எழுத முன்வருவாளா?”

“அதுதான் எனக்கும் புரியல. விஷயம் கைமீறிப் போறதுக்குள்ள நாம ஏதாவது செய்யணும் காயூ.”

“முதல்ல அந்த மதுமிதா யாருன்னு கண்டுபிடிக்கணும். நீ அவ ப்ரொஃபைலை நல்லா பார்த்தியா. ஏதாவது இமெயில் ஐடி அல்லது மியூட்சுவல் ஃபிரண்ட்ஸ் யாராவது இருக்காங்களா?”

“இமெயில் இல்ல. இரு யாராவது மியூட்சுவல் ஃபிரண்ட் இருக்காங்களான்னு பாக்குறேன்...”

கையிலிருந்த கேப்பச்சினோவை மேசைமீது வைத்துவிட்டு தன் மொபைலை எடுத்து முகநூலுக்குள் நுழைந்து தேடினாள். எந்தப் பயனும் இல்லை.

“சரி அவ முழுப்பெயரைப் கண்டுபிடிச்சிட்டாலே அவளைக் கண்டுபிடிக்கிறது ஈஸியாகிடும்” என்று காயத்ரி சொல்லி முடிப்பதற்குள் இடைமறித்தாள் சித்திரைப்பூ, “காயு இங்க பாரு” என்றபடி தன் மொபைலில் முகநூலில் வந்திருந்த மற்றொரு பதிவைக் காண்பித்தாள். இன்னுமொரு பெண் மதுமிதாவைப் போலவே பாலியல் குற்றச்சாட்டை ராம்குமார் மீது வைத்திருந்தாள்.

இருவரும் என்ன செய்வது எனத் தெரியாமல் அமர்ந்திருந்தார்கள். சித்திரைப்பூவின் மனம் இறுகியிருந்தது.

ராம்குமாரின் உடல் மெல்லியதாய் நடுங்கிக்கொண்டிருந்தது. தன் படுக்கையின்மீது அமர்ந்திருந்தவனின் எதிரே கிடந்த மொபைலில் வரிசையாக அழைப்புகள் வந்துகொண்டே இருந்தன. நண்பர்கள், தெரியாத எண்கள், என்று வரிசையாக அழைப்புகள். எழுந்து சென்று படுக்கையறையின் கதவைத் தாழிட்டுவிட்டு வந்தவன் ஜன்னலருகே நின்றபடி ஒரு சிகரெட்டை எடுத்துப் பற்ற வைத்தான். ஜன்னல் கதவைத் திறந்ததும் காற்று முகத்தில் அறைந்தது. பத்து வருடங்களுக்கு முன் நடந்தவை அனைத்தும் ஒவ்வொன்றாய் அவன் முன் தோன்றி மறைந்தன.

அப்போது அவன் ஒன்பதாம் வகுப்பு படித்துக்கொண்டிருந்தான். அவன் படித்தது ஆண்கள் மேல்நிலைப் பள்ளி. சேர்ந்து பியர் குடிப்பதற்காக நண்பர்கள் ஒருநாள் இரவு ஒன்றுகூடியிருந்தார்கள். அவனது நண்பன் கண்ணனின் வீட்டில் அன்றிரவு ஆட்டம் பாட்டமாகப் போய்க்கொண்டிருந்தபோது இரவு பதினொரு

மணிக்கு வீட்டின் முன் வந்து நின்ற ஆட்டோவிலிருந்து இறங்கி வீட்டின் கதவைத் தட்டினாள் யுவதியொருத்தி. ராம்குமார்தான் கதவைத் திறந்தான், அவளுக்கு முப்பது வயதிருக்கலாம். மஞ்சள் பூப்போட்ட புடவை அணிந்திருந்தாள். யார் நீங்க என்று கேட்டவனை அலட்சியமாக கடந்து சென்றவள் வரவேற்பறையிலிருந்த சோபாவில் தொம்மென்று அமர்ந்தாள். அவள் கடந்து சென்றபோது அவளது உடலிலிருந்து வெளிப்பட்ட மாம்பழத்தின் வாசனை ராம்குமாரை ஏதோ செய்தது. கண்ணன் அவளைப் பார்த்து “இளச்சுட்ட போல” என்றபடி கண்ணடித்தான். அவளது கையைப் பிடித்து இழுத்தபடியே அருகிலிருந்த அறைக்குள் நுழைந்தான். சற்று நேரம் கழித்து வெளியே வந்த கண்ணனைத் தொடர்ந்து தரையில் அமர்ந்து பியர் குடித்துக்கொண்டிருந்த அவனது நண்பர்கள் ஒவ்வொருவராக பக்கத்து அறைக்குள் போவதும் வருவதுமாக இருந்தார்கள்.

ராம்குமாரின் முறையும் வந்தது. முதல்முறையாக ஒரு பெண்ணின் நிர்வாணத்தைப் பார்க்கப் போகிறோம் என்கிற எண்ணம் வந்தவுடன் அவனுக்குள் கிளர்ச்சியும் பயமும் ஒருசேரத் தோன்றின. அறைக்குள் நுழைந்தவனைப் பொருட்படுத்தாமல் உருளைக்கிழங்கு சிப்ஸ் சாப்பிட்டுக்கொண்டிருந்தாள். அவள் அருகே சென்றதும் உடல் வியர்த்துக் கொட்டியது.

“இன்னா பஸ்ட் டைமா” கேட்டுவிட்டு சிரித்தாளவள். அவள் சிரித்தபோது தெத்துப்பல் தெரிந்தது. இவனது கையைப் பிடித்திழுத்து அணைக்க முயன்றபோது இதயம் பலமாக அடித்துக்கொண்டது. அடுத்த இருபதாவது நொடியில் அவள் சத்தமாக சிரிக்கத் தொடங்கினாள். அப்போது அவளது தெத்துப்பல் பெருவுருவம் எடுத்து அவனைத் தின்பது போல உடல் துடித்தது. அதற்குமேல் அங்கிருக்க முடியாமல் அந்த அறையைவிட்டு வெளியே ஓடினான். அவளும் விடாமல் வரவேற்பறை வரை வந்து “பொட்ட.. சரியான சோப்ளாங்கிடா நீ” என்று சொல்லிவிட்டு மீண்டும் சிரித்தாள். அவனது நண்பர்கள் விடியும்வரை அவனைப் பரிகசித்தபடியே இருந்தார்கள்.

அன்று அவனுக்கு ஏற்பட்ட கசப்பான அனுபவத்திற்குப் பின் யாரையுமே பிடிக்காமல் போனது. அவன் பேசுவதே அபூர்வமானது. பள்ளி முடித்து கல்லூரியும் முடிந்த பிறகு தன்

வீட்டிலேயே மாணவர்களுக்கு டியூசன் எடுக்க ஆரம்பித்தான். அப்போதுதான் முதல்முறையாக ஏழாம் வகுப்புச் சிறுமியொருத்தி அவனது டியூசனில் சேர்ந்தாள். அவள் சிரிக்கும்போது தெரிகின்ற தெத்துப்பல் அதுவரை அவனுக்குள் மிக அமைதியாக உறங்கிக்கொண்டிருந்த மிருகத்தைக் கண்விழிக்கச் செய்தது. அதன் பிறகு தெத்துப்பல்லுடன் தான் காண்கின்ற எந்தச் சிறுமியையும் தனக்கு இரையாக்காமல் விட்டதேயில்லை அந்த மிருகம்.

குடித்துக்கொண்டிருந்த சிகரெட்டை ஜன்னல் வழியே தூர எறிந்துவிட்டு படுக்கையில் கிடந்த மொபைலை எடுத்துப் பார்த்தான். பதின்மூன்று மிஸ்டு கால்கள் என்றது மொபைல் திரை. அவனது அறைக்கதவு பலமாகத் தட்டப்படும் ஓசை கேட்டது. திறந்தவனிடம் மொபைலில் முகநூல் பதிவைக் காண்பித்து சண்டையிட்ட மனைவி கோபத்தில் அவனைத் தள்ளிவிட்டாள். முதல் தளத்திலிருந்து கீழ்த்தளம் நோக்கி படிக்கட்டில் உருள ஆரம்பித்தான் ராம்குமார்.

சித்திரைப்பூவும் காயத்ரியும் காப்பி ஷாப்பிலிருந்து கிளம்பி அலுவலகம் வந்தார்கள். தன்னிடம் எப்போதும் ப்ரியமாகவே இருக்கும் ராம்குமார் மீது சித்திரைப்பூவுக்கு பரிதாபம் ஏற்பட்டது. இந்நேரம் ராம்குமாருக்கும் முத்துச்செல்விக்கும் விஷயம் தெரிந்திருக்கும். அண்ணி உடைந்து போயிருப்பாளா அல்லது ராம்குமாரின் சட்டையைப் பிடித்திருப்பாளா என்றெண்ணியபடியே இருந்தாள். ஒருவேளை இந்த முகநூல் பதிவுகள் எல்லாம் நாளை பத்திரிகைச் செய்தியாக வந்தால் என்னவாகும். அவன் குடும்பம் மட்டும் அல்லாமல் என் குடும்பத்திலுள்ள எல்லோரையும் அல்லவா இது பாதிக்கும்? அவளுக்கு வேலை செய்யவே மனமில்லை. டீம் லீடுக்கு உடம்பு சரியில்லை விடுப்பு எடுத்துக்கொள்கிறேன் என்றொரு மின்னஞ்சல் அனுப்பிவிட்டு கைப்பையை எடுத்துக்கொண்டு கிளம்பினாள். காயத்ரி பார்த்துக்கொள்ளலாம் நீ கலங்காமல் தைரியமாக இரு என்று சொல்லியனுப்பியது கொஞ்சம் மனதுக்கு திடமாக இருந்தது.

அலுவலகம் விட்டு வெளியே வந்தவுடன் ஓலா புக் செய்து நேராக பாலவாக்கம் கடற்கரைக்குச் சென்றாள். சூரியன் உச்சிக்கு ஏறிக்கொண்டிருந்தது. கடற்கரையில் ஆள்நடமாட்டம் குறைவாக இருந்தது. ஒன்றிரண்டு சிறுவர்கள் விளையாடிக்கொண்டிருந்தார்கள்.

ஓர் இளம்ஜோடி கடல் பார்த்து அமர்ந்திருந்தார்கள். கடற்கரை மணலில் இறங்கி கொஞ்சதூரம் கடலோரம் நடந்தவள் யாருமற்ற இடமொன்றில் உட்கார்ந்தபடி கடலைப் பார்த்தாள். பெரியதாக அலைகள் இல்லாமல் கடல் மௌனித்துக் கிடந்தது. தன் கைப்பைக்குள்ளிருந்து மொபைலை எடுத்தவள் ஜிமெயிலைத் திறந்தாள். அதில் காமாட்சியிடமிருந்து வந்திருந்த மின்னஞ்சலை மீண்டும் படிக்க ஆரம்பித்தாள்.

“டியர் சித்திரைப்பூ,

உனக்கு என்னை ஞாபகம் இருக்குமா எனத் தெரியவில்லை. நாமிருவரும் ஒன்றாக ஆறாம் வகுப்பு படித்தோம். பள்ளி முடிந்து வீட்டிற்கு வரும் வழியிலிருக்கும் கோயில் தெப்பக்குளத்தில் அமர்ந்து தாமரையும் அல்லியும் ரசித்திருக்கிறோம். இப்போது நினைவுக்கு வருகிறதா? உன் தோழி காமாட்சிதான். ஊரைவிட்டுப் போனவள் இத்தனை வருடம் கழித்து ஏன் மெயில் அனுப்புகிறாள் என்கிற குழப்பத்தில் இப்போது நீ புருவம் உயர்த்தலாம். என் அப்பாவின் தொழில் காரணமாக ஊரைவிட்டு நாங்கள் போனதாகத்தான் எல்லோரும் நினைத்திருப்பீர்கள். ஆனால் அது நிஜமல்ல சித்திரை. நாம் படித்த பள்ளியில் வேலை பார்த்த உன் அண்ணன்தான் நாங்கள் ஊரைவிட்டே போனதற்குக் காரணம். ஒரு நாள் நீ உடம்பு சரியில்லை என்பதால் ஸ்கூலுக்கு வரவில்லை. என் வாழ்வையே திருப்பிப் போட்ட நாள் அதுதான். வீட்டிற்குப் போவதற்கு முன் என்னை வந்து ஸ்டாஃப் ரூமில் பார் என்றான் ராம்குமார். நான் போயிருந்தபோது அவரைத் தவிர அந்த அறையில் யாருமில்லை. அன்றுதான் அவன் என்னிடம் தவறாக நடந்துகொண்டான். வெளியே சொன்னால் என்னைக் கொன்றுவிடுவதாக கழுத்தை நெரித்துப் பிடித்தபடி மிரட்டினான். எனக்கு மூச்சு முட்டியது. பயத்தில் அறையின் மூலையில் ஒடுங்கியிருந்தேன். அவன் தேவை தீர்ந்த பிறகு ஒன்றுமே நடக்காதது போல என்னை வீட்டில் கொண்டுபோய் விட்டுவிட்டுப் போனான் சித்திரை. அன்றிரவு காய்ச்சல் வந்து அதன் பிறகு மூன்று நாட்கள் நான் பள்ளிக்கூடமே வரவில்லை. நீ என் வீட்டிற்கு வந்து பார்த்துச் சென்றாய். அடுத்த நாள் காய்ச்சல் சரியானதும் அம்மா ஸ்கூலுக்குப் போ என்றபோது அம்மாவிடம் இதைப் பற்றிச் சொல்லிவிட்டேன். அம்மா அவனை எல்லோர் முன்னாலும் செருப்பால் அடிப்பார்கள் என்றே நினைத்திருந்தேன். அப்படி எதுவுமே நடக்கவில்லை.

அப்பாவிடம் அம்மா சண்டைபோடும் சத்தம் மட்டும் அவர்களது அறைக்குள்ளிருந்து கேட்டுக்கொண்டே இருந்தது. அதன் பிறகு மூன்றாவது நாளில் அந்த ஊரைவிட்டே நாங்கள் போய்விட்டோம். அன்று ராம்குமார் என்னிடம் தவறாக நடந்ததைக் கெட்ட கனவாக நினைத்து மறந்துவிடு என்று அடிக்கடி அம்மா சொன்னார். நானும் கொஞ்சம் கொஞ்சமாக அதை மறந்துவிட்டு என் படிப்பில் கவனம் செலுத்த ஆரம்பித்தேன். போன வருடம்தான் எம்.பி.பி. எஸ் முடித்தேன். நேற்று என்னிடம் வந்த பேஷண்ட் ஒருவரிடம் பெயரைக் கேட்டபோது சித்திரைப்பூ என்றார். உடனே உன் ஞாபகம் வந்து முகநூலில் உன் ப்ரோஃபைலைக் கண்டுபிடித்து உன் மின்னஞ்சலை எடுத்து இப்போது உனக்கு இந்த மெயிலை அனுப்புகிறேன். ஏனோ இன்று உன்னிடம் எல்லாவற்றையும் சொல்லத் தோனறியது. பல வருடங்கள் ரகசியமாய் மனதில் சுமந்தலைந்த பாறையொன்று என் மனதிலிருந்து உருண்டு வெளியேறியது போல மனசு லேசாய் இருக்கிறது சித்திரை. காலம் அனுமதித்தால் நாம் சந்திப்போம்.

உன் தோழி,

ஆறாம் வகுப்பு காமாட்சி.

மின்னஞ்சலை வாசித்து முடித்தவுடன் கடலைப் பார்த்தாள். அலைகள் ஓயாமல் கரையை அறைந்துகொண்டிருப்பதைப் போலிருந்தது.

மதுமிதா, சரஸ்வதி, கோகிலா, ஜோதி என முகநூலில் நான்கு ஃபேக் ஐடிகளை உருவாக்கினாள். அதிகாலை மதுமிதாவாக ஒரு பதிவு, பின் சரஸ்வதி என ஒவ்வொருவரும் ராம்குமாரால் பாலியல் துன்புறுத்தலுக்கு உண்டான கதையைப் பதிவிட்டுவிட்டு காயத்ரியை காஃபி ஷாப்பில் சந்தித்தாள். இப்போது கடலின் முன் உட்கார்ந்திருக்கும்போது மொபைல் சிணுங்கியது. ராம்குமாரின் மனைவி பதற்றமாகப் பேசினாள்.

“உங்க அண்ணன் மாடிப்படில தவறி விழுந்து அடிபட்டிருச்சு, ஆஸ்பத்திரில சேர்த்திருக்கோம்.”

சித்திரைப்பூ எவ்வித பதற்றமுமின்றி கேட்டுக்கொண்டிருந்தாள்.

“ம் சரியண்ணி... நீங்க பயப்படாதீங்க நான் இப்ப சென்னைல இல்ல. ஆஃபீஸ் விஷயமா தில்லிக்கு வந்திருக்கேன். அண்ணனுக்கு

ஒண்ணும் ஆவாது. நீங்க தைரியமா இருங்க" என்றவள் அழைப்பைத் துண்டித்துவிட்டு கடற்கரையை விட்டு வெளியேறி மெயின் ரோட்டில் ஆட்டோவொன்றைப் பிடித்து ஹாஸ்டலுக்குச் சென்றாள்.

மூன்று வாரங்கள் கழித்து அண்ணிக்கு ஃபோன் செய்து மருத்துவமனையின் முகவரி வாங்கி வேளச்சேரியிலிருக்கும் அந்த மருத்துவமனைக்குச் சென்றாள்.

ரிசப்ஷனில் விசாரித்து இரண்டாவது மாடியிலிருக்கும் அறைக்குச் சென்றவள் படுக்கையில் கண்கள் மூடிப் படுத்திருக்கும் ராம்குமாரைக் கண்டாள். இவளைப் பார்த்ததும் அருகில் வந்த அண்ணி "தலையில அடிபட்டதுல நரம்பு பாதிச்சிருக்கு. இனி ஒங்க அண்ணனுக்கு கழுத்துக்குக் கீழ உடம்பு வேல செய்யாதுன்னு டாக்டர் சொல்லிட்டாருமா... உயிர் மட்டுந்தான் இருக்கும் சித்திரை... உசிரோட இருந்தும் ஒங்க அண்ணன் பொணம்."

அழுதபடியே சொன்னவளின் கைகளைப் பற்றிக்கொண்டு ஆறுதல் படுத்தினாள் சித்திரைப்பூ.

"கவலைப்படாதீங்க அண்ணி. நான் டாக்டர்கிட்ட பேசிட்டு வர்றேன்..."

டாக்டரின் அறைக்குள் நுழைவதற்கு முன்பாக பின்னாலிருந்து..

"ஹை..! சித்திரை" என்றபடி ஓடிவந்து அவளின் கால்களைக் கட்டிக்கொண்டாள் ராம்குமாரின் எட்டுவயது மகள். சித்திரைப்பூவைப் பார்த்து சிரித்தாள். அப்போதுதான் முளைக்கத் தொடங்கியிருந்த தெத்துப்பல் பார்வைக்குப் பட்டது.

★

ஜடேஜாவைக் காதலித்தவள்

கண்மணியின் அப்பா கோட்டாளம் கழுதைகளைப் பத்திக்கொண்டு வாய்க்காலுக்குப் போனதும் அம்மா சலவைத் துணி எடுக்கக் கிளம்பிவிடுவாள். இருவரும் போனதும் கண்மணியின் உலகம் திறந்துகொள்ளும். வீட்டிற்கு எதிரே இருக்கும் புளியந்தோப்பில் அவளை விட வயதில் சிறியவர்களுடன் விளையாடுவாள். எறிபந்து, பிள்ளையார் பந்து, கோலி, நொண்டி என ஒவ்வொரு நாளும் ஒவ்வொரு விளையாட்டுகளால் பொழுதுகள் நிறைந்திருந்தன. அவள் போகுமிடமெல்லாம் அவளுடனே ஓடும் அவளது நாய் செவலை.

ஒரு நாள் திடீரென வயிற்றைப் பிடித்துக்கொண்டு அமர்ந்தவளை வீட்டை விட்டு எங்கும் போகக்கூடாது என நிறுத்தி வைத்தாள் அம்மா. தட்டானைப் போல பறந்து திரிந்தவளுக்கு வீட்டிற்குள் அடைந்து கிடக்க விருப்பமில்லை. வெளியே போக முடியாமல் மூச்சுத் திணறியவளுக்கு அப்பா வாங்கி வந்த சிறிய தொலைக்காட்சிப் பெட்டி வேறோர் உலகத்தைக் காண்பிக்க ஆரம்பித்தது. அதிலும் கிரிக்கெட் போட்டிகளை அதிகம் ரசிக்க ஆரம்பித்தாள் கண்மணி.

எல்லோருக்கும் சச்சின் பிடித்தது. சிலருக்கு அசார். ஆனால் கண்மணியின் பார்வை எப்போதும் அஜய் ஜடேஜாவின் மீதே நிலைத்தது. கலகலவென சிரித்துக்கொண்டே அங்குமிங்கும்

துடிப்புடன் ஓடித் திரியும் ஜடேஜாவைக் கண்டதும் கண்மணியின் மனதெங்கும் இனம்புரியா மகிழ்ச்சி பரவியது.

ஜடேஜா டிவிக்குள்ளிருந்து வெளியே குதித்துத் தன்னுடன் பேசிச் சிரிப்பதாகவும் ஜடேஜா தன்னை ரசிப்பதாகவும் தீர்க்கமாக நம்பத் தொடங்கினாள்.

செய்தித்தாளில் ஜடேஜாவின் புகைப்படம் வரும்போதெல்லாம் அதை வெட்டி சேகரிக்கத் தொடங்கினாள். அதிலும் குறிப்பாக ஜடேஜா சிரிப்பது போலிருக்கும் படங்கள் அவளுடைய ரகசிய புத்தகத்தின் பக்கங்களை ஆக்கிரமித்தன. ஜடேஜாவும் அவளும் நதிக்கரையொன்றில் கைகோத்து நடந்துபோவதாக கனவுகள் வர ஆரம்பித்தன. ஜடேஜா மைதானத்தில் ஆடும்போது தான் மட்டுமே அவனது ஆட்டத்தைக் காண்பதாகவும் அவளைப் பார்த்து கண்சிமிட்டியபடியே அவன் ஆடுவதாகவும் கற்பனையில் மிதக்க ஆரம்பித்தாள்.

“வயசுப்புள்ள நெதமும் டிவி பொட்டி முன்னால ஒக்காந்திருந்தா வெளங்குமாக்கும்.. ஏ கண்ணு ஒன்னத்தாம்ளா செவிடி மாரில்லா ஒக்காந்திருக்க.. நாங் கெடந்து கரையிறேன் ஒனக்கு கேக்குதா இல்லயாளா”

ஊதாங்குழலால் அடுப்பை ஊதியவுடன் அதிலிருந்து எழும்பும் புகை கண்களுக்கு எரிச்சலைத் தந்ததால் முந்தானையால் கண்களைத் துடைத்தபடியே கண்மணியிடம் கேட்டாள் அம்மா.

கண்மணியோ வெள்ளை நிற உடுப்பும் வட்டத் தொப்பியுடனும் மைதானத்தில் நின்றபடி சிரித்துக்கொண்டிருக்கும் ஜடேஜாவுடன் மனதால் பேசியபடி இருந்தாள்.

“யோளா... இங்கதான் இருக்கியா இல்ல கருங்கல்லா மாறிட்டியா?”

தோளைத் தொட்டு அம்மா உசுப்பிய பின்புதான் நினைவுக்குத் திரும்பினாள் கண்மணி.

“யம்மோவ் கொஞ்ச நேரம் நிம்மதியா டிவி பாக்க உடுதியா... எப்பாரு சலம்பிக்கிட்டு...”

“ஆமாடியம்மா நீ மவராணி கணக்கா ஒக்காந்துகிட்டு டிவி பாப்ப... நான் இங்க அடுப்படில வெக்கைல வெந்து சாவணுமாக்கும்....

டிவிய அமத்திப்புட்டு வந்து செத்த நேரம் ஒத்தாசையா இரி... சோலி நெறயா கெடக்கு...”

அம்மா சலித்துக்கொண்டபோது இன்னிங்ஸ் ப்ரேக் வந்தது. உணவு இடைவேளைக்காக கிரிக்கெட் வீரர்கள் பெவிலியன் திரும்பினார்கள்.

டிவியை நிறுத்திவிட்டு அம்மாவிடம் வந்தாள். அம்மா சொன்ன வேலைகளைச் செய்தபடியே இருந்தாலும் மனதெங்கும் ஜடேஜாவின் சிரிப்புதான் நிரம்பியிருந்தது.

வற்றிய குளத்தில் கிரிக்கெட் விளையாடும் சிறுவர்களிடையே ஒரு பெயர் மட்டும் மிகப் பிரபலமாக இருந்தது. தங்கதுரை கிரிக்கெட் மட்டையுடன் இறங்கிவிட்டால் அவனது ஆட்டத்தைக் காண ரசிகர் பட்டாளமே கூடிவிடும். ஒவ்வொரு பந்தையும் சிக்ஸர்களாகவும் பவுண்டரிகளாகவும் விளாசித் தள்ளுவான். அவனைச் செல்லமாக கோல்ட் என்று அழைத்தார்கள் நண்பர்கள். கோல்ட் குளக் கிரிக்கெட்டின் முடிசூடா மன்னனாகத் திகழ்ந்தது ஊருக்குள்ளும் பேச்சாக இருந்தது.

“ஏல நம்ம பெரியவரு மொவன் என்னமா அடிக்காங்க... நேத்து மேட்ச் பார்க்கப் போயிருந்தேன்... ஒன்பது பந்துல இருவத்தி மூணு ரன்னு.. ஏ அடிச்சுட்டு சும்மா சிங்கம் மாரில்லாடே நிக்கான்.”

“நீ போனவாரம் கோல்டு ஆட்டத்த பாக்கல போல.. பதினெட்டு பந்துல அம்பதடிச்சுப்புட்டான்.. சச்சினு அப்ரிதி எல்லாம் அந்தாக்க போவ வேண்டியதுதான்.. கோல்டுதாம்ல அடுத்த சச்சினு... என்ன சொல்லுத?”

ஊரெங்கும் கோல்டின் ஆட்டம் பற்றிய பேச்சாக இருந்தது. கண்மணியின் காதுகளுக்கும் கோல்டின் ஆட்டம் பற்றி சேக்காளிகள் மூலமாக தகவல் வந்தது. கிரிக்கெட் மீதுள்ள ஆர்வத்தில் அவனது ஆட்டத்தைப் பார்க்கச் சென்றவள் சொக்கிப் போய் நின்றாள். அவனது ஆட்டம் ஜடேஜாவின் ஆட்டத்தை நினைவூட்டியது. அதிலும் ஒவ்வொருமுறை பந்தை எதிர்கொள்ளும் முன்பும் மட்டையைக் கைகளால் சுழற்றும் அந்த ஸ்டைல் ஜடேஜாவை அப்படியே அவளின் கண்முன்னால் நிறுத்தியது.

கோல்டின் ஒவ்வோர் ஆட்டத்தையும் தவறாமல் பார்க்கத் தொடங்கினாள். வெயில் பூக்கும் நாளொன்றில் கோல்டும்

கண்மணியும் சந்தித்தபோது மெதுவாய் ஒரு மலர் அவர்களிடையே மலர்ந்தது. தன்னைவிட பத்து வயது மூத்தவன் என்கிற எண்ணமே அவளது மனதில் தோன்றவில்லை. அவனது சிரிப்பும் ஜடேஜாவின் சிரிப்பைப் போலவே இருந்தது அவளுக்கு சிலிர்ப்பைத் தந்திருந்தது.

கண்மணிக்கு தான் காண்பது கனவா நினைவா என்றே உணரமுடியவில்லை. முதன் முதலாகத் தன்னை ஓர் ஆண் ரசித்துப் பார்க்கிறான் என்கிற உணர்வே வித்தியாசமானதாக இருந்தது. அதுவும் தான் அதிகம் ரசித்த ஆட்டக்காரன்.

தங்கதுரையும் கண்மணியும் ஊர் எல்லையிலிருக்கும் கோயில் அருகே சந்தித்துக்கொள்ள ஆரம்பித்தார்கள்.

தங்கதுரை மைதானத்தில் மட்டுமல்லாமல், காதல் மொழிகள் பேசுவதிலும் கோல்டாக இருந்தது அவளை வெகுவாகக் கவர்ந்தது.

“கண்ணு... நாம ரெண்டுபேரும் அந்தா இருக்கு பாத்தியா பனமரம் அதுல ஒரு சோடி கிளிக இருக்கு.. அதுக மாதிரி சொகமா சந்தோசமா எப்பவும் வாழணும் செரியா?” என்றவனின் விரல்களைக் கோத்துக்கொண்டு தன் எதிர்காலக் கனவுக்குள் வீழ்ந்தாள்.

ஓர் அந்தியில் யாருமற்ற வாழைத் தோப்பிற்குள் தன்னை முழுவதுமாக அவனுக்குக் கொடுத்தாள் கண்மணி.

கண்மணியை ஊரெங்கும் தேடியும் கிடைக்காததால் போலீஸ் ஸ்டேஷனுக்குப் போனார் கண்மணியின் அப்பா. தங்கதுரையைப் பிடித்து விசாரித்தார்கள். அவன் தானும் கண்மணியைத் தேடுவதாகவும் அவள் இல்லாவிட்டால் தற்கொலை செய்துகொள்வதாகவும் தலையில் அடித்துக்கொண்டு அழுதான். அவனது கைகளை விலக்கிவிட்டு செவிட்டில் அறைந்தார் ஏட்டு ஆத்திமுத்து.

“யோல கிறுக்கு மூதி.. பொட்டப்புள்ளய காங்கலன்னுட்டு அவிய சொல்லுதாவ... ஒங்கூடதான் அவள கடைசியா பார்த்ததா சேதி... நீ என்னமல தூக்குல தொங்கப் போறம்னுட்டு அழுவுத? அவ சோலிய கீலிய முடிச்சிப்புட்டியோ?” கேட்டுக்கொண்டே மேலும் இரண்டு அடிகளை இறக்கினார் ஏட்டு.

“யண்ணே எனக்கெதுவுமே தெரியாதுண்ணே... கட்டுனா

அவளத்தான் கட்டணும்னு கெடக்கேன்... கண்டுபிடிச்சுக் கொடுத்துருங்கண்ணே...”

“ஆமா இவரு பெரிய இவரு... அவளத்தான் கட்டுவாராம்லா... செருப்பால அடி... அவ மைனர் தெரியுமுல்லா... அதுக்குள்ள கல்யாணம் வரைக்கும் போயிட்ட செத்த மூதி...”

மீண்டும் ஓர் அறை கன்னத்தில் விழுந்தது.

“யண்ணே நீங்க வூட்டுக்குப் போங்க... ஓங்க மொவள சீக்கிரம் கண்டுபிடிச்சுரலாம்” என்று நம்பிக்கையூட்டி கண்மணியின் அப்பாவை அனுப்பி வைத்தார் ஆத்திமுத்து. தங்கதுரையிடம் எவ்வளவு விசாரித்தும் கண்மணி காணாமல் போனதற்கும் தனக்கும் சம்பந்தமில்லை என்பதையே திரும்பத் திரும்பச் சொல்லிக்கொண்டிருந்தான். தங்கதுரையை வீட்டிற்கு அழைத்துச் சென்றார் ஊருக்குள் ‘பெரியவர்’ என்று அழைக்கப்படும் அவனது அப்பா.

நாட்கள் நகர்ந்தன. கண்மணி கிடைக்கவேயில்லை.

கோட்டாளமும் மனைவியும் ஜோஸியரிடம் சென்றார்கள். அவர் இன்றிலிருந்து ஏழாவது நாள் அல்லது ஏழாவது மாதம் கண்மணி வீடு திரும்புவாள் என்றார். வீடு திரும்பும் வழியெங்கும் மனைவியின் கண்களிலிருந்து கண்ணீர் வழிந்துகொண்டே இருந்தது.

ஏழு நாட்கள் ஏழு மாதங்களாகி ஏழு வருடங்கள் கடந்துவிட்டன. மகள் தொலைந்த துக்கத்தில் மனைவி நோய்மையில் விழுந்தாள். எப்போதும் வாசலையே பார்த்தபடி கட்டிலில் கிடந்தாள். பேச்சும் நின்றுபோனது. எவ்வளவோ வைத்தியம் பார்த்தும் அவளிடமிருந்து ஒரு சொல் கூட வெளிப்படவில்லை. அவளின் அருகிலேயே கிடந்தது செவலை.

மனைவி மௌனித்த பிறகு கோட்டாளத்திற்கு பேசுவதற்கென்று யாருமில்லை. தலைப்பாகைக்குள் வைத்திருக்கும் சுருட்டை எடுத்துப் பற்றவைத்துக்கொண்டு கழுதைகளுடன் அதிகாலை கிளம்பிவிட்டார். நேராக வாய்க்காலுக்குப் போனவுடன் கழுதைகள் சுமந்து வந்த பொதியை வாய்க்காலோரம் இறக்கி வைத்துவிட்டு சூரியன் எழும் திசை நோக்கிப் பார்த்தபடி

உட்கார்ந்து கொண்டார். அதிகாலை சூரியனின் கதிர்கள் உடலெங்கும் பட்டுத் தெறித்தன. கழுதைகள் அருகே புற்களை மேய்ந்தபடி நின்றிருந்தன. அவரின் கண்களோரம் துளிர்க்க ஆரம்பித்தது கண்ணீர்.

“யப்பு கண்மணி என்னைய மன்னிச்சிரு ஆத்தா. தப்புப் பண்ணிட்டேம்ப்பு தப்பு பண்ணிட்டேன்” என்று முணுமுணுத்துத் துடித்தன கோட்டாளத்தின் உதடுகள்.

வாய்க்காலில் ஓடுகின்ற தண்ணீரின் மேல் மிளிர்ந்தபடி நகர்ந்து கொண்டிருக்கும் வெயிலை பார்த்தவரின் நினைவுகள் பின்னோக்கிச் சென்றன.

கள்ளுக்கடையிலிருந்து வெளிவந்த கோட்டாளத்தை இரண்டு பேர் இருட்டுக்குள் தள்ளிக்கொண்டு போனார்கள். ஆறடி உயர காம்பவுண்ட் சுவரின் நடுவே அமைந்திருக்கும் பெரிய வீடு அது. அவ்வீட்டின் வளவில் நின்றிருந்த பெரியவர் ஓங்கி மிதித்ததில் நிலைதடுமாறிக் கீழே விழுந்தார் கோட்டாளம். தடுமாறி எழுந்து நின்றவரின் கைகளைக் பின்புறமாகக் கட்டினார்கள் அந்த இருவரும்.

குரலை உயர்த்தியபடி பேசத் தொடங்கினார் பெரியவர்.

“கோட்டாளம்... நான் யாரு என் சாதிசனம் என்னன்னு ஒனக்குத் தெரியும். ஆனா ஓம் மவளுக்கு அது தெரியல பாத்தியா... எம் மொவன்கூடல்லா சுத்துதா... நேத்து தேரிக்காட்டுலயும் முந்தா நேத்து வாழைத்தோப்புலயும் எம்மவங்கூட சுத்துனதா கேள்வி.. நீ என்ன செய்யுதன்னா.. நேரா வூட்டுக்குப் போயி அவ கால முறிச்சு மொடமாக்கிப் போட்டுரு. பொறவு எம்மவனும் அவள எட்டிப்பாக்க மாட்டான். என்ன நாஞ் சொல்லுறது ஓம் மண்டையல ஏறுதா?”

கோட்டாளத்தின் உடல் நடுங்கியது, வியர்வை பெருக்கெடுத்து ஓடியது. பேசுவதற்கு நா எழவில்லை. குடித்திருந்த கள்ளின் போதை தெளிந்துவிட்டது போலிருந்தது.

“ஐயா நீங்க சொல்லுற சேதி எல்லாமே புதுசா இருக்குங்க... எம் மொவ பச்சப்புள்ள... வயசுக்கு வந்து மூணுமாசங்கூட ஆவல... அவள வேணும்னா எந்தங்கச்சி ஊருக்கு அனுப்பி வச்சுப்புடுதேன்...

ஆனா காலை ஒடைக்க மட்டும் சொல்லாதீங்க சாமீ.”

கோட்டாளத்தின் குரல் உடைந்து சொற்கள் தடுமாறின.

“பச்சப்புள்ளங்க... வயசுக்கு வந்துட்டாங்க...”

“வயசுக்கு வந்தப் பொறவு என்னவே பச்சப்புள்ள? சரி நீ காலை ஒடைக்க வேண்டாம். நாங்க பாத்துக்கிடுதோம்”

சொல்லிவிட்டு அந்த இருவரையும் பக்கத்தில் அழைத்து மெதுவாக ஏதோ அவர்களிடம் சொன்னார். அவர்கள் தலையாட்டிவிட்டு அங்கிருந்து வேகமாக நடந்து இருளுக்குள் மறைந்தார்கள்.

“ஐயா.. மன்னிச்சு வுட்டுருங்க எசமான்.. எம்புள்ளய ஒண்ணுஞ் செஞ்சிப்புடாதீங்க.. நாங்க வேணும்னா ஊரைக் காலி பண்ணிக்கிடுதோம்.”

“இந்த வாயி மயித்துக்கு ஒண்ணுங் கொறச்ச இல்ல... நீ ஊரை காலி பண்ணிக்கிட்டா எவம்ல ஊருத்துணிய தொவைப்பான்... நாங்க அழுக்குச் சட்டையப் போட்டுக்கிட்டு லாந்தணுமோ? செருக்குயுள்ளா... பொத்திகிட்டு நில்லு. இப்ப ஒம்மவ காலை ஒம்முன்னாலயே ஒடைக்கேனா இல்லியான்னுட்டு பாரு...”

கர்ஜித்தார் பெரியவர். கோட்டாளத்தின் கண்களிலிருந்து கண்ணீர் வழிந்துகொண்டே இருந்தது.

கண்மணியின் வாயைத் துணியால் கட்டி இழுத்துக்கொண்டு வந்தார்கள். மிரட்சியில் அவளது கண்கள் துடித்தன. கைகள் பின்னால் கட்டப்பட்டு மண்டியிட்டு நிற்கும் தன் அப்பாவைப் பார்த்தவுடன் திமிறியவளை அந்த இருவரும் பிடித்துக்கொண்டார்கள்.

பெரியவர் தன் இடக்கையால் அவளது முகத்தைப் பிடித்து மேலே உயர்த்தினார்.

“சும்மாவாம்ல எம் மவன் இவ பின்னால போயிருக்கான்... வக்காலி நல்லாத்தாம்ல இருக்கா ஒம்மொவா... இவ கால மொடமாக்குறதுக்குப் பதிலா...”

அவர் சொல்லி முடிப்பதற்குள் “யம்மே” என்றோர் அலறல் சத்தம் கேட்டது.

கண்மணியின் இடதுபுறம் நின்றிருந்தவனின் வலது காலைக் கடித்து இழுத்தபடி உறுமிக்கொண்டு நின்றது செவலை. அவன் காலை உதறிவிட்டு நொண்டியபடியே ஓடத் தொடங்கினான். அவன் ஓடுவதைக் கண்ட இரண்டாமவன் தன் காலைக் காப்பாற்றிக்கொள்ள மறுபுறம் இருளுக்குள் ஓடி மறைந்தான். செவலை வாயில் வழிகின்ற ரத்தத்துடன் பெரியவரை நோக்கி முன்னேறியது.

நாயைக் கண்டவுடன் சுதாரித்தவர்... வேட்டியை இறுகக் கட்டியிருந்த பெல்ட்டை உருவி அதை நோக்கி வீசினார். பெல்ட்டின் ஒரு முனை நாயின் முகத்தில் பட்ட மறுவினாடி வலி தாளாமல் பெருங்குரலெடுத்துக் கத்தியபடி பின்வாங்கியது செவலை. அதற்குள் தன் வாயில் கட்டியிருந்த துணியை அவிழ்த்து எறிந்துவிட்டு அப்பாவின் கட்டுகளையும் அவிழ்த்துவிட்டாள் கண்மணி.

“நாய ஏவுதியளா... சாவுங்கல” என்றபடி கண்மணியை நோக்கிக் கையை உயர்த்தியபடி முன்னால் ஓர் அடி எடுத்து வைத்த பெரியவரை நோக்கி மீண்டும் முன்னேறி ஓடி வந்து பாய்ந்தது செவலை. அவர் சுதாரிப்பதற்குள் அவரது வலது கையைக் கடித்து இழுத்தது. வலி தாளாமல் சரிந்தவர் சத்தமிட்டு கத்தியதில் அக்கம் பக்கத்திலிருந்து அரவம் கேட்டது. இதற்கு மேல் இங்கே இருக்கக்கூடாது என்றபடி கண்மணியைக் கூட்டிக்கொண்டு அந்த வீட்டின் பின்கதவைத் திறந்துகொண்டு வெளியேறினார் கோட்டாளம். வாயெங்கும் ரத்தம் வடிய அவர்களைப் பின்தொடர்ந்தது செவலை.

அம்மாவிடம் எதுவும் சொல்ல வேண்டாம் அவள் பயந்துவிடுவாள் எனக் கண்மணியிடம் சொன்னவர் வீட்டிற்குள் வந்ததும் சிறிய பையொன்றில் கண்மணியின் உடைகளை எடுத்துவைத்தார். அம்மா அசந்து உறங்கிக்கொண்டிருந்தாள்.

கொஞ்சம் பணத்தை அவள் கையில் திணித்தபோது ஒன்றும் புரியாமல் விழித்தபடி நின்றிருந்தாள் கண்மணி.

“எதுக்குப்பா இதெல்லாம்?”

“இன்னிக்கு நம்ம செவலை கடிச்சது ஊர் பெரியவருப்பு.. காலையில மொத பொணம் நீதான்... இப்பவே நீ ஊரைவிட்டுப் போவணும்... இன்னும் செத்த நேரத்துல மொத பஸ்ஸு வந்திரும்...

நேரா தூத்துக்குடில போயி எறங்கி அங்கயிருந்து பஸ்ஸ புடுச்சி பழனிக்குப் போயிருப்பு... பச்சைமுத்து மாமா வூடு தெரியும்லா... பழனி பஸ் ஸ்டாண்டிலிருந்து நடந்தா நாலு நிமிசந்தான்.. அங்க போயி இருந்துக்க... நான் ரெண்டு நாளுல வந்து பாக்கேன்... செரியா?"

அவள் அதற்கு உடன்படவில்லை. இளம் ரத்தம் தன்மீது என்ன தவறு எனக் கேள்வி கேட்டது. அவருக்கு புரியவைக்க நேரமில்லை. நேராக பஸ் ஸ்டாண்டிற்கு அழைத்து வந்து தூத்துக்குடி செல்லும் அதிகாலைப் பேருந்தில் கண்மணியை ஏற்றிவிட்டார். செவலை பேருந்தின் பின்னால் கொஞ்சதூரம் ஓடி பின் முடியாமல் மூச்சிரைத்தபடி நின்றிருந்தது.

கண்மணியை இரண்டு நாட்களாக காணாமல் ஊரெங்கும் பேச்சாக இருந்தது. அவளது வீட்டிலிருக்கும் நாயும் பூனையுமே சோர்வுடன் இருப்பதாக ஊருக்குள் பேசிக்கொண்டார்கள். அதிகாலையில் வாசலுக்கு நீர் தெளிக்க எழுவது வழக்கம். அன்றும் அதிகாலையில் எழுந்து வெளியே சென்றவள் திரும்பி வரவேயில்லை என்றபடி முந்தானையால் முகத்தை மூடிக்கொண்டு அழுதாள் கண்மணியின் அம்மா. வீட்டுத் திண்ணையில் உட்கார்ந்திருந்த கண்ணாயிரம் தன் வேட்டி மடிப்பிலிருந்த மூக்குப்பொடி மட்டையைத் திறந்து கொஞ்சமாய் பொடியை எடுத்து நாசிக்குள் உறிஞ்சியபடி தன் பேச்சைத் தொடங்கினார்.

"எதுக்குங் கவலப்படாதிய... அவ என்ன சின்னப் புள்ளயா... சேக்காளி வீட்டுக்கு பக்கத்தூருக்கு எங்கயாவது போயிருப்பா..."

"சேக்காளி வீட்டுக்குச் சொல்லாமப் போவாளா... அப்படியே போனாலும் ரெண்டு நாளா அங்க என்ன சோலி கெடக்கு..? கொஞ்சம் யோசிச்சு பேசுங்க அண்ணாச்சி."

வெற்றுடம்புடன் சாரத்தைக் கட்டிக்கொண்டு தேங்காய் எண்ணெயைத் தலையில் தேய்த்தபடியே கண்ணாயிரம் பேசி முடிக்கும் முன்பே இடைமறித்தார் பக்கத்துவீட்டு மாரி அண்ணன்.

கோட்டாளம் எதுவும் பேசாமல் உட்கார்ந்திருந்தார். அவரது காலை தன்னுடலால் உரசியபடி நிற்கும் பூனையின்மீது அவருடைய கண்கள் நிலைத்திருந்தன. இந்த இரண்டு நாட்களில் ஊரிலுள்ள பாதிப் பேர் வீட்டிற்கு வருவதும் தங்களது கருத்தைச் சொல்லிச் செல்வதும் வாடிக்கையாகியிருந்தது. சிலர் போலீஸ் ஸ்டேஷனில்

புகாரளிக்கச் சொல்லி வற்புறுத்தினார்கள். சிலர் அவள் வெளிக்குப் போகும் இடத்தில் காத்துக் கருப்பு அடித்திருக்கும் என்றெல்லாம் பயமுறுத்தியிருந்தார்கள்.

“எம்புள்ள எங்கப் போச்சுன்னு தெரியலையே... ரெண்டு நாளா கெடந்து புலம்புதேன் அந்தச் சாமிக்கும் காது கேக்கல... இங்க இருக்கறவியளுக்கும் காது கேக்க மாட்டிக்கி...”

சாடைமாடையாக கோட்டாளத்தைக் குத்திக் காண்பித்தாள் அவர் மனைவி.

ஊர் முழுவதும் தேடிப் பார்த்தாயிற்று. ஊர் எல்லையிலிருக்கும் தூர்ந்த கிணற்றிலும்கூட பார்த்தாகிவிட்டது. ஊரைச் சுற்றியிருக்கும் குளம், குட்டை, வாய்க்காலிலும் சல்லடைபோட்டு சலித்தாகிவிட்டது. பக்கத்தூரிலிருக்கும் ரயில் நிலையம், தண்டவாளம் எனத் தேடாத இடமில்லை. அதெப்படி ஒரு பதின்ம வயதுப்பெண் திடீரென்று மாயமாய் மறைந்துவிடுவாள் என்பது அவளுக்குப் புதிராகவே இருந்தது.

மனைவியிடம் விஷயத்தைச் சொல்வதா வேண்டாமா என்கிற குழப்பத்திலேயே கோட்டாளத்தின் இரண்டு நாட்கள் கடந்துவிட்டன. பெரியவர் நாய்க்கடி வைத்தியத்திற்காக வெளியூர் சென்றிருப்பதாக பேசிக்கொண்டார்கள். இனி கண்மணியைப் பார்த்துவிட்டு வரலாம் என்று நினைத்த கோட்டாளம் பழனிக்குப் போனார்.

“என்னண்ணே சொல்லுதிய.., கண்மணிய பழனிக்கு அனுப்பி விட்டியளா... அவ இங்க வரவே இல்லயே”

பச்சைமுத்து சொன்னபோது கோட்டாளம் உடைந்து போனார். தலையில் அடித்துக்கொண்டு அழுதார்.

நினைவிலிருந்து மீண்ட கோட்டாளம்... துணிகளை துவைத்து, உலர்த்தி மூட்டையாகக் கட்டி கழுதைகள் மீது ஏற்றிக்கொண்டு ஊர் திரும்பும் வழியில் அவரைக் கடந்து சென்றது பச்சைநிற அம்பாசிடர் கார். அதன் பின்புற சன்னல் வழியே கழுதைகளை வேடிக்கை பார்த்துக்கொண்டே சிரித்தாள் சிறுமியொருத்தி. கண்மணி இருந்திருந்தால் தனக்கும் இப்படியொரு பேத்தி இருந்திருப்பாளே என்கிற வேதனை அவருடைய முகத்தில் தென்பட்டது. வீட்டை நோக்கி கழுதைகளைப் பத்திக்கொண்டே சென்றார் கோட்டாளம்.

அந்த கார் நேராக பெரியவரின் வீட்டு முன்பாக நின்றது. அதிலிருந்து தன் மனைவி மகளுடன் இறங்கிய தங்கதுரையைக் கட்டிப்பிடித்து வீட்டிற்குள் அழைத்துச் சென்றார் பெரியவர்.

சிறுமி ஓடிச்சென்று பெரியவரின் வேட்டியைப் பற்றி இழுத்தாள். அவர் அவளைத் தூக்கிக் கொஞ்சியபடியே வீட்டிற்குள் நுழைந்தார். சிறுமி அவரிடமிருந்து இறங்கி வீடெங்கும் குதியாட்டம் போட்டாள். சிறிது நேரத்தில் சிறுமியை அழைத்துக்கொண்டு தன் பண்ணைத் தோட்டத்திற்குச் சென்றார் பெரியவர். வீட்டிலிருந்து ஐந்து கிலோமீட்டர் தொலைவில் ஊருக்கு சற்று வெளியே அமைந்திருந்தது அந்த மிகப்பெரிய தோட்டம். மாமரங்களும் புளியமரங்களும் அடர்ந்திருந்தன. பெரியதொரு கொடுக்கிக் கம்பை எடுத்து கொடுக்காப்புளி மரத்திலிருந்து சிறுமிக்காக சில காய்களைப் பறித்துப்போட்டார். அவள் ஆசையுடன் அதை வாங்கித் தின்ன ஆரம்பித்தாள். பெரியவரின் தோளிலிருந்து குதித்தவள் தோட்டத்தின் உட்புறம் நிற்கும் செடிகளையும் மரங்களையும் பார்த்துக்கொண்டே ஓடினாள்.

பண்ணைத் தோட்டத்தின் பின்புற மூலையிலிருக்கும் சிறிய அறையைப் பார்த்துக்கொண்டே சிறிது நின்றாள். அந்த அறையிலிருந்து கேவல் ஒலி கேட்டது.

“கண்ணு இங்கெல்லாம் வரக்கூடாதுப்பு.. வா தாத்தா ஒனக்கு பலூன் வாங்கி வச்சிருக்கேன்.. ஊதித் தாரேன்” என்றபடி பெரியவர் அவளைத் தூக்கிக்கொண்டு நடந்தார். சிறுமியின் பார்வையோ அந்த மூலை அறையின்மீதே நிலைத்திருந்தது.

அந்த அழுக்கடைந்த அறைக்குள் ஒடுங்கியிருந்த பெண் எப்போது அறைக்கதவு திறக்கும் தனக்கான உணவுத் தட்டு எப்போது வருமென கால்களில் கட்டியிருக்கும் இரும்புச் சங்கிலியைப் பிடித்து உருட்டிக்கொண்டே கதவிடுக்கில் கசியும் சிறுவெளிச்சத்தைப் பார்த்தபடி காத்திருந்தாள்.

பெரியவர் சிறுமிக்கு பலூனை ஊதிக்கொடுத்துவிட்டு பண்ணைத் தோட்டத்தின் வேலையாளிடம்,

“பொட்ட நாயிக்கு இன்னும் சாப்பாடு வக்கிலியா இசக்கி?” என்றார்.

★

வடக்கத்தி

“செகப்புன்னா செகப்பு இப்படியொரு செகப்ப நா பார்த்ததில்லப்பு. வடக்கத்தியா இருப்பா பொலுக்கு.”

வாழை இலையில் சம்பா அவலை வைத்தபடியே சொன்ன ஆச்சியை ஏறிட்டுப் பார்த்தேன். ஆச்சிக்கு ஊருக்குள் புதிய மனிதர்கள் யார் வந்தாலும் உடனே செய்தி வந்துவிடும்.

“யாரச் சொல்லுதிய ஆச்சி?”

தேங்காய்த் திருவலை அவலின் மேல் போட்டு வாழைப்பழமொன்றை உரித்து அதனுடன் சேர்த்துப் பிசைந்து வாயில் ஓர் உருண்டையைப் போட்டுக்கொண்டே கேட்டேன்.

“அதாம்ப்பு நம்ம காரவீட்டுக்காரரு வாடகைக்குன்னு கெட்டிப் போட்டிருக்காருல்லா அங்க புதுசா குடிவந்திருக்கா...”

ஆச்சி சொன்னவுடன் அவளைப் பார்க்க வேண்டும் போலிருந்தது. ஆச்சி சொல்லும் அந்த வாடகை வீட்டின் அருகேயிருக்கும் மைதானத்தில்தான் மாலை ஆனதும் எல்லோரும் கூடி கிரிக்கெட் விளையாடுவோம். இலையில் மிச்சமிருந்த அவலை வாயில் போட்டுக்கொண்டு ஓட்டமும் நடையுமாய் வளவுக்குள் நுழைந்து அங்கிருக்கும் படலையைத் திறந்து தெருவில் இறங்கினேன். நேராக கொட்டாச்சி வீட்டிற்குப் போனேன். கயிற்றுக்கட்டிலில் சுகமாக

உறங்கிக்கொண்டிருந்தான் கொட்டாச்சி. ஊரில் எல்லோரும் கருப்பு என்றால் கொட்டாச்சியோ அண்டங்காக்கை கருப்பு. சமயத்தில் நம்மேல் உரசினால் நம்மீதும் ஒட்டிக்கொள்ளுமோ எனத் தோன்றும் கருப்பு. ஊரில் நடக்கும் மொத்த சேட்டைகளுக்கும் சொந்தக்காரன் கொட்டாச்சி. கொஞ்சம் மணலை அள்ளி வாய்பிளந்து உறங்கும் அவனது முகத்தில் தூவி விடத் தோன்றியது. அப்படிச் செய்தால் இவ்வுலகில் இதுவரை ஜனித்திடாத கெட்டவார்த்தைகளால் திட்டுவான் என்பதால் அந்த எண்ணத்தைக் கைவிட்டு அவனை உசுப்பினேன்.

“யோல கொட்டாச்சி... பகல்ல என்னம்ல ஒறக்கம்... எழுந்தில.”

சொப்பனத்தில் மோகினியைப் பார்த்தவன் போல மலங்க விழித்தபடி எழுந்தவன் கண்களைக் கசக்கிவிட்டுக்கொண்டே கேட்டான்...

“செருக்குயுள்ளா... ஒறங்குதேம்னு தெரியுதுல்லா... பொறவு எதுக்குல உசுப்புத”

வடக்கத்தி விசயத்தைக் காதில் ஓதியவுடன் அவனது முகம் பிரகாசமடைந்தது.

“அடிச்சக்கைனைனா... எவம்ல அது நம்ம ஊருக்குள்ள நமக்குத் தெரியாம.. இப்பவே போறோம்.. அப்படி என்ன சொவப்புன்னு பாத்துப்புடுதோம்.”

சொல்லிவிட்டு நடக்க ஆரம்பித்தான். நான் பின்தொடர்ந்தேன். தெருவில் ஒன்றிரண்டு ஆடுகள் சுவரில் முதுகைத் தேய்த்தபடி நின்றிருந்தன. மதிய வேளை என்பதால் ஆள் நடமாட்டமில்லை. ஐஸ் விற்கும் குமார் அண்ணன் ஐஸ்பெட்டி இருக்கும் சைக்கிளைத் தள்ளிக்கொண்டு “ஐசேய் ஐசேய்... பால்ஐஸ்.. சேமியாஐஸ்... ஐசேய்’ எனக் கூவிக்கொண்டு போனார். ஒன்றிரண்டு சிறுவர்கள் கால்சட்டைப் பைகள் நிறைய கோலிக்காய்கள் குலுங்க ஓடிக்கொண்டிருந்தார்கள்.

கொட்டாச்சியும் நானும் வடக்கத்தியின் வீட்டின் அருகேயிருக்கும் மைதானத்திற்குள் இறங்கினோம். அங்கே மிகப்பெரிய வாதுமை மரம் இருந்தது. அதன் நிழலில் இரண்டு பசுக்கள் படுத்துக்கொண்டே அசைபோட்டபடி இருந்தன. அம்மரத்தின்

கிளைகள் வடக்கத்தி வீட்டின் காம்பவுண்ட் சுவர் வரை நீண்டிருந்தன. கொட்டாச்சி வேகமாக மரத்தில் ஏறி அவளது வீட்டைச் சென்றடையும் கிளையின் மீது உட்கார்ந்துகொண்டு மேலிருந்து கத்தினான்.

“யோல சொடல... மரத்துல ஏறாம என்னல நட்டாம நிக்க... வெரசா ஏறுல...”

நானும் ஏறிச்சென்று அவன் அருகில் உட்கார்ந்துகொண்டேன். அங்கிருந்து பார்த்தால் வடக்கத்தியின் வீட்டு முற்றமும் பக்கவாட்டில் இருக்கும் கதவும் தெரிந்தது. அவளுக்காகக் காத்திருக்க ஆரம்பித்தோம். பத்து நிமிடங்கள் கழித்துக் கதவு திறந்தது. கொட்டாச்சி வாயைத் திறந்தபடி அசைவற்று உட்கார்ந்திருந்தான். எனக்கும் வடக்கத்தியைப் பார்க்கும் ஆவல் அதிகமானபோது அந்தக் கதவின் வழியே வெளியே ஓடிவந்தது சடை நாயொன்று. பழுப்பு நிறத்தில் உடலெங்கும் புசுபுசுவென்ற ரோமங்கள் காற்றிலாட இவ்வளவு சிறியதொரு நாயை நாங்கள் எதிர்பார்க்கவில்லை. ‘என்னல நாயிக்கு ஓடம்பெல்லாம் மயிரா இருக்கி’ முதல் முதலாக சடைநாயைப் பார்த்த வியப்பில் என் காதோரம் கிசுகிசுத்தான் கொட்டாச்சி. அப்போதுதான் அந்த நாயைத் துரத்தி வந்த தேவதையை எங்களது கண்கள் கண்டு இமைக்க மறந்தன.

அப்படியொரு மென்பாதங்களும் அதன் மேல் தவழ்கின்ற மெல்லிய வெள்ளிக்கொலுசும் சன்னமாய் அதிர படிக்கட்டில் இறங்கி நாயைத் துரத்திக்கொண்டு ஓடிய அந்தப் பெண்ணிற்கு இருபத்தைந்து வயதிருக்கலாம். அவள் ஓடுகையில் ஈரக்கூந்தல் காற்றில் ஓர் இறகைப் போல மிதந்தது. நீண்ட விரல்களும் நகப்பூச்சும் வெயிலில் மிளிர்ந்து அடங்கியது. எதிர்க்காற்று அவளது மேனியெங்கும் தழுவிச் சென்ற கணம் அவளுடல் சிலிர்த்து பெண்ணுருவிலிருந்து தேவதையுருவம் பெற்றது போல் தோன்றிற்று. இப்படி ஒரு பேரழகியை இவ்வூர் இதற்கு முன் கண்டதில்லை என மனதிற்குள் நினைத்துக்கொண்டே கொட்டாச்சியைப் பார்த்தேன். அவன் கண்ணிலிருந்து கண்ணீர் வழிந்துகொண்டிருந்தது.

“ஏம்ல அழுவுத?”

“இம்புட்டு சொவப்பையும் அழகையும் இத்தன வருசம் பார்க்காம இருந்துப்புட்டேனேன்னுட்டு அழுவுதேன்... பெத்தாவளா இல்ல

செஞ்சாவளான்னே தெரியமாட்டிக்கி... யாருல இந்த சிகப்பி”

கண்ணீரைத் துடைத்துக்கொண்டே கேட்டான்.

“எனக்கெப்படில தெரியும். ச்சும்மா மயிலு கணக்கால்லா இருக்கா!”

“மயிலு சொவப்பாவல இருக்கும்?”

“பதினாறு வயதினிலே மயிலுல முட்டாக் கிறுக்கா?”

“ஓ நம்ம ஸ்ரீதேவிய சொல்லுதியா? அதுவுஞ் சரிதாம்ல அப்படித்தான் இருக்கா. செரி வூட்ல வேற ஆளயே காங்கல... அம்மையும் ஐயாவும் தென்படலயே...”

“செத்த நேரம் பேசாம மயில பாப்போம். பொறவு அப்பனாத்தா யாருன்னு தேடுவோம்” என்றபடி சடைநாயின் பின்னோடும் மயிலைப் பார்த்தபடியே உட்கார்ந்திருந்தேன்.

அவள் நாயைப் பிடித்து அதைத் தூக்கிக் கொஞ்சிக்கொண்டே வீட்டிற்குள் மறைந்து போனாள். மீண்டும் எப்போது வருவாள் என்று சிறிதுநேரம் காத்திருந்து பார்த்தோம். வெயில் உக்கிரமாக இருந்தது. மரத்திலிருந்தாலும் அனல் காற்று புழுதியை வாரி இறைத்தபடியே இருந்ததால் அதற்கு மேல் அங்கிருக்க முடியாமல் கீழே இறங்கி குளத்தை நோக்கி நடந்தோம். கொட்டாச்சி பேயடித்தவன் மாதிரி இருந்தான். அவன் முகமெங்கும் கேள்விகள் குடியிருந்தன. எங்கிருந்து வந்திருப்பாள்? ஏன் வந்திருக்கிறாள்? எவ்வளவு நாள்கள் நம்மூரில் இருப்பாள்? எனக்குள் எழுகின்ற கேள்விகள் அவனுக்குள்ளும் எழும்பியபடியே இருந்ததை அவன் கண்கள் காட்டிக்கொடுத்தன.

குளக்கரை படிக்கட்டில் உட்கார்ந்தபோது வெயிலின் உக்கிரம் குறைந்தது போலிருந்தது.

“கட்டுனா இப்படி ஒருத்தியத்தாம்ல கட்டணும்! இல்லன்னா இந்தக் குளத்துல குதிச்சு செத்துரணும் பாத்துக்க.”

கொட்டாச்சி ஆளே மாறியிருந்தான். போன மாதம் பக்கத்துத் தெரு செல்வம் காதல் தோல்வியில் தூக்க மாத்திரை விழுங்கி சாகக்கிடந்தான்.

‘போவறதுக்கு மின்னாடி நாலு பேர கொன்னுப்புட்டு போவணும்ல. அதவுட்டுப்புட்டு மயிராட்டாம் மாத்திரையை விழுங்கியிருக்க...

வெக்கங் கெட்ட மூதி' என்று மருத்துவமனையிலேயே அவனைத் திட்டித் தீர்த்தான் கொட்டாச்சி. அவனா இப்படிப் பேசுவது என்று ஆச்சர்யத்துடன் அவன் முகத்தையே பார்த்துக்கொண்டிருந்தேன்.

“சொவப்பா இருந்தா அழகுன்னு ஒனக்கு யாருல சொன்னாவ?”

அவனைச் சீண்டினேன்.

“யோல ஒனக்கென்ன மண்ட கிண்ட கொழம்பிப் போச்சா... அவ சொவப்பு மட்டுமா? மூஞ்சி மோரய எல்லாம் நீயும் பாத்தீல்லா? செதுக்கி வச்ச செல மாரி இருக்கா. நா முடிவு பண்ணிட்டேன்... கட்டுனா ஒண்ணு இவள மாரி ஒருத்திய கட்டணும்; இல்லாட்டி இவளையே...” என்றவன், ஏதோ நினைத்தவனாய் படக்கென்று எழுந்தான்.

“என்னல படக்குன்னு எந்திரிச்சிப்புட்ட? போயி மயிலு வீட்டுல பொண்ணு கேக்கப் போறியாக்கும்?”

சிரிப்பை அடக்க முடியாமல் கேட்டேன்.

“ஏன் எனக்கென்னல கொறச்ச? இனி மயிலு குயிலுன்னு மருவாதி இல்லாம பேசுனன்னு வெய்யி செவுள்ளயே வெச்சிப்புடுவேன்.. இனி அவ எம் பொஞ்சாதி. உனக்குத் தங்கச்சி மொற. புரியுதா சொடல?”

“அடேங்கப்பா... பாத்து முழுசா முப்பது நிமிசம் ஆவல அதுக்குள்ள பொஞ்சாதிங்க... நீ போனவருசம் ஒம்போதாப்பு பெயிலானதுக்கே ஒங்க ஐயா உன் ட்ரவுசரு கிழிய கிழிய அடிச்சாரு. ஒங்க ஐயாகிட்ட போயி சொகப்பா ஒருத்திய பார்த்தேன்... என்னை விட மூத்தவா மாரி இருக்கா... கட்டி வெய்யிங்கன்னு சொல்லிப்பாரு... ஒந்தோல உரிச்சித் தொங்கவிட்டுப்புடுவாவ... அதுக்கென்னல செய்யப் போற?”

“அடிச்சாத்தாம்ல ஐயா. அம்மை எதுக்கு இருக்காவ... அவியள போயி பொண்ணு கேக்கச் சொல்லுவோம்”

“ஓ சரிங்க மாப்புள்ள... அவ ஒன்னைய விட மூத்தவ... அதுக்கு என்ன செய்யப் போறிய?” சிரிப்பை அடக்கிக்கொண்டே கேட்டேன்.

“ஏ வயசெல்லாம் ஒரு பிரச்சினையால... எங்க ஆச்சிகூட

எங்க தாத்தாவ விட மூத்தவியதானாம். வக்காலி! அந்தக் காலத்துலயே வயசு பாக்காம கட்டிக்கிட்டிருக்காவ... அதெல்லாம் பாத்துக்கிடலாம். நீ இனி மாப்புள்ள தோழன் மாரி பேசு... கிறுக்கு கூவாட்டம் பேசாம இரி செரியா?"

என்னை அதட்டிவிட்டு ஒரு கல்லை எடுத்துக் குளத்தில் எறிந்தான். சிற்றலையில் குளத்தில் மிதக்கும் அமலைச் செடிகள் அசைந்தாடின.

வடக்கத்தியைப் பற்றிய பேச்சால் நிரம்பியிருந்தது எங்கள் கிராமம். குழாயடியில் பெண்கள் சண்டையை நிறுத்திவிட்டு அவளது நிறத்தைப் பற்றியும் அழகைப் பற்றியும் பேசிக்கொண்டார்கள். கள்ளுக்கடை பெஞ்சுகளை ஆக்கிரமித்திருந்த பெரிசுகள் முதல் தட்டான் பின்னால் ஓடுகின்ற சிறுசுகள் வரை வாயைத் திறந்தால் வடக்கத்தி எனும் சொல்லே முதன்மையாக வந்து விழுந்தது. அவள் பற்றிய செய்திகள் விசித்திரமானவையாக இருந்தன. அவள் தேவலோகத்திலிருந்து இறங்கி வந்த ரம்பை என்றொரு கூட்டம் நம்ப ஆரம்பித்தது. ரம்பை அல்ல அவளொரு யட்சி என்றும் இரவானால் ஓட்டைப் பிரித்து வீட்டிற்குள் இறங்கி உறங்குகின்ற ஆண்களிடம் சல்லாபித்து அவர்களைக் கொல்ல முற்படுவாள் என்றும் வதந்திகள் பரவியிருந்தன. அதுவரை வீட்டிற்கு வெளியே கயிற்றுக்கட்டிலில் உறங்கிய ஆண்கள் கூட வீட்டிற்குள் கட்டிலைப் போட்டுக்கொண்டு ஓட்டை எப்போது திறப்பாள் என வெறித்தபடி உறக்கம் தொலைத்தார்கள்.

எங்கள் ஊர் மருத்துவமனைக்கு வந்திருக்கும் நர்ஸ்தான் அவள் என்பது தெரிந்தவுடன் மருத்துவமனையில் கூட்டம் அதிகரித்தது. ஒடை முள்ளை எடுத்துக் கையில் கீறிக்கொண்டோ அல்லது அருவாள் முனையால் கீறிக்கொண்டோ மருத்துவமனைக்குப் படையெடுத்தார்கள் சபலக்காரர்கள். அவள் யாரிடமும் அதிகம் பேசுவதில்லை. அவள் வீட்டில் அந்தச் சடை நாயும் அவளது தங்கையும் மட்டுமே இருந்தனர். அவள் வடக்கத்திக்கு எதிர்ப்பதமாக இருந்தாள். கொட்டாச்சி அளவிற்கு அண்டங்காக்கை நிறமல்ல ஆனாலும் நல்ல கறுப்பு. களையான முகமும் அகன்ற விழிகளும் கொண்டிருந்தபோதும் ஏதோவொன்று அவளிடம் இல்லாதது போலிருந்தது.

அவளது நட்பைப் பெற ஊருக்குள் பெரும்போட்டி நிலவியது. தங்கை மூலமாக வடக்கத்தியை வளைக்கத் திட்டமிட்டுத்

திரிந்தார்கள் இளவட்டங்கள். அவளோ அதிகாலை எழுந்தவுடன் தன் எம்.எயிட்டியில் பக்கத்து டவுனுக்கு வேலைக்குப் போகிறவள் மாலைதான் வீடு திரும்புவாள் என்பதால் அவளது நட்பைப் பெறுவதும் கடினமாகப் போயிற்று.

வடக்கத்தி மருத்துவமனைக்குத் தன் வீட்டிலிருந்து கிளம்பி ஒய்யாரமாக நடந்து போகும்போது தெருவிலிருக்கும் வீட்டுச் சன்னல்களுக்கும் கதவுகளுக்கும் திருட்டுக் கண்கள் முளைத்தன.

கொட்டாச்சியும் அவளைக் கவர்வதற்கான அத்தனை முயற்சிகளையும் மேற்கொண்டிருந்தான். அதுவரை சலூன் பக்கம் அதிகம் தலைகாட்டாதவன் தன் சூப்பிய பனங்காய் போலிருக்கும் தலைமுடியை 'அண்ணே ஸ்டெப் கட்டிங் வெட்டி வுடுங்கண்ணே' என்றபடி சலூன்காரரைப் பார்த்துக் கண்ணடித்தான். 'இதெல்லாம் ஒரு மண்டை இதுக்கெல்லாம் ஒரு ஸ்டெப் கட்டிங்கால... என் கெரகம்' என்றபடி அவர் தனக்குத் தெரிந்த வகையில் முடியை வெட்டிவிட்டிருந்தார். அதுவரை அரை ட்ரவுசரில் வலம் வந்த கொட்டாச்சி வடக்கத்தியைப் பார்த்த நாளிலிருந்து பேண்ட்டுக்கு மாறியதைக் கண்டு அவன் வீட்டு ஆடுகளே அதிர்ச்சியில் உறைந்து நின்றன.

தினம் காலையும் மாலையும் அவள் மருத்துவமனைக்குப் போகும்போதும் திரும்பி வரும்போதும் சைக்கிளில் ஒற்றைக் கையை விட்டபடி ஓட்டுவதும் வேகமாக அவளை உரசுவது போலச் சென்று கட் அடித்துத் திரும்பி நிற்பதும் என அவனது கோணங்கித்தனங்கள் கட்டுக்குள் அடங்காமல் இருந்தபோதும் அவள் கொட்டாச்சியை ஒரு புழுவைப் பார்ப்பது போலத்தான் பார்த்துக் கடந்து சென்றாள்.

இரண்டு மாதங்கள் கழிந்திருந்தன. அவளைப் பற்றிய பேச்சுக்கள் குறைந்து அவளும் 'நம்மூர்க்காரி' என ஏற்றுக்கொண்ட ஊர் தங்கள் வேலையைப் பார்க்கத் தொடங்கியிருந்தது. குட்டிக்கரணங்கள் பல அடித்தும் கொட்டாச்சியால் அவளது கடைக்கண் பார்வையை எட்ட முடியாததால் சோர்வுற்றவன் மீண்டும் அரை ட்ரவுசருக்கே மாறியிருந்தான்.

"என்னல கொட்டாச்சி... ஓம் பொஞ்சாதிய பாக்க அரை ட்ரவுசர்லயா போவ?" வேண்டுமென்றே சீண்டினேன்.

"ஏ அவ பாக்கதாம்ல மயிலு மாரி இருக்கா... நானும் தலைகீழா நின்னு தண்ணி குடிச்சு பாத்துப்புட்டன்... ம்ஹூம் நமக்கு இவ சரிப்பட்டு வரமாட்டா... இந்தக் கொட்டாச்சிக்கு ஏத்தவ இன்னும் பொறக்கல பொலுக்கு"

"பேசாம அவ தங்கச்சிக்காரிகிட்ட போயி பேசிர வேண்டியதுதானல... அவளப் புடிச்சா மயிலப் புடிச்ச மாரிதான?"

"ஏ நானும் ரெண்டு நாளா அவளப் புடிச்சிப்புடலாம்னுட்டுதான் காத்துக் கெடந்தேன் அவிய தெரு முக்குல... எப்ப வாரா எப்ப போறான்னே தெரியமாட்டிக்கி"

"நீ மயிலுக்குன்னா நாள் பூரா காத்துக்கிடப்ப... அவ தங்கச்சிக்கின்னா பத்து நிமிசம் பாத்துப்புட்டு கௌம்பியிருப்ப"

"ஆமா சொடல... அதுஞ்சரிதான். பேசாம இன்னிக்கு சாயங்காலம் அவ வூட்டுக்கே போயி பேசிப்புடலாம்னு நெனைக்கேன். நீ என்னல சொல்லுத?"

"ஆறு மணிக்குப் பெறவு போ... அக்காளும் தங்கச்சியும் அப்பத்தான் வீட்டுல இருப்பாவ... ஒருவேள வெளக்கமாத்தால அடிவாங்கினன்னு வெய்யி... ஒன் ஊத்தவாய மூடிக்கிட்டு அவ வீட்டுப்பக்கம் தல வெச்சிப் படுத்துராத... இந்தக் காதலு மயிரெல்லாம் ஒனக்குச் செரிப்படாதுன்னுட்டு தல முழுகிறணும் செரியா?"

"மொத மொத அவ வூட்டுக்குப் போறேங்கேன்... நாலு நல்ல வார்த்த சொல்லி அனுப்பவனுட்டு பார்த்தா... நீயெல்லாம் எனக்கு சேக்காளின்னு இனிச் சொல்லாதல கிறுக்குமூதி."

அவனது கண்கள் கோபத்தில் துடித்தன.

"ஒன் நல்லதுக்குத்தான் சொன்னேன்ல... எக்கேடும் கெட்டு ஒழி."

சொல்லிவிட்டு என் வீட்டிற்குப் போய்விட்டேன்.

அடுத்த இரண்டு நாட்கள் கொட்டாச்சியை ஊரில் எங்கும் பார்க்க முடியவில்லை. வெளியூருக்கு வேலைக்குப் போய்விட்டானா என்று கூட யோசித்துப் பார்த்தேன். கொட்டாச்சி வேலைக்குப் போனால் உலகம் வெடித்துவிடும் என்று தெரிந்ததால் அவனது வீட்டிற்கே சென்று பார்க்கலாம் என முடிவெடுத்தபோது,

தொங்கிய முகத்துடன் எதிரில் வந்தான்.

“என்னல ஒலக அதிசயமா இருக்கி... மொகர வாடிக்கெடக்கு?”

“ஏன் என் மொகரல்லாம் வாடக்கூடாதா?” குரல் கம்மியிருந்தது.

“என்ன கொரலும் கிணத்துக்குள்ள இருந்து கேக்கு? வடக்கத்தி வாரியல் பிய்ய அடிச்சிப்புட்டாளோ?”

“அப்படி அடிச்சிருந்தாகூட செரி நம்ம மயிலுதான் நம்மள அடிச்சிருக்கான்னுட்டு ஓடி வந்திருப்பேம்ல... ஆனா மனசல்லா சரிச்சிப்புட்டா அந்தக் களவாணி சிறுக்கி.”

ஒன்றும் புரியாமல் அவனையே பார்த்துக்கொண்டிருந்தேன். அன்று மாலை என்ன நடந்தது என்பதை கொட்டாச்சி சொல்லி முடித்தபோது லேசாய் தலைசுற்றுவது போலிருந்தது.

“இப்படி எல்லாமால ஊருக்குள்ள நடக்கு?”

நம்ப முடியாமல் கேட்டேன்.

“பொறவு நான் என்ன பொய்யா சொல்லுதேன். ஒனக்கு நம்பிக்கை இல்லன்னா நீ போயி பாருல...”

சொல்லிவிட்டுப் போய்விட்டான். அன்றிரவு உறக்கம் வரவில்லை. எப்படி இது சாத்தியமாகும்? இதன் பின்னாலிருக்கும் காரணம் என்ன? கேள்விகள் என்னைத் துளைத்தெடுத்தன. மறுநாள் மாலை வடக்கத்தியின் வீட்டிற்குப் போய் பார்த்துவிடவேண்டும் என்று நினைத்தபடி உறங்கிப் போனேன்.

மைதானத்திலிருக்கும் வாதுமை மரத்தில் ஏறிக்கொண்டேன். அவளது வீடு இருக்கும் தெருவில் அதிக நடமாட்டமில்லை. சூரியன் மறையத் தொடங்கியிருந்தது. முதலில் தங்கச்சிக்காரி வீட்டிற்குள் போனாள். அதன் பிறகு பத்து நிமிடங்கள் கழித்து வடக்கத்தி மருத்துவமனையிலிருந்து திரும்பிக்கொண்டிருந்தாள். வீட்டின் கேட்டை அவள் திறந்தவுடன் ஓடி வந்து காலுரசியது சடைநாய். அதைத் தூக்கிக் கொஞ்சியபடியே வீட்டிற்குள் நுழைந்தாள். நான் பார்வையைக் கூர்மையாக்கிக் கொண்டேன்.

வீட்டிற்குள் நுழைந்த வடக்கத்தி நாயை இறக்கிவிட்ட மறுகணம் பின்புறமாக அவளைக் கட்டிப்பிடித்து ஒரு சுழற்று சுழற்றினாள் அவளது தங்கை. இருவரும் முத்தமிட ஆரம்பித்த கணத்தில்

வடக்கத்தி அவளது முகத்தின் அருகே தன் முகத்தைக் கொண்டு சென்று ஏதோ சொன்னாள். தங்கைக்காரி திறந்திருந்த முன்வாசற்கதவை காலால் எட்டி உதைக்க அது படாரென்று மூடிக்கொண்டது. எனக்கு உடல் நடுங்க ஆரம்பித்தது.

சடை நாயின் குரைப்புச் சத்தம் சன்னமாகக் கேட்கத் தொடங்கியிருந்தபோது நான் வெகுதூரம் வந்திருந்தேன்.

அன்றிரவு எவ்வித கேள்விகளுமின்றி உறங்க ஆரம்பித்தேன். கனவில் தன்பால் காதலர்கள் இருவர் ஊரைவிட்டு ஓடிக்கொண்டிருந்தார்கள். அவர்களைத் துரத்திக்கொண்டு ஓடின இரண்டு கால் சடை நாய்கள்.

★

கோல்ட்

தங்கதுரையின் வாழ்வில் எதிர்பாராத சம்பவமொன்று நிகழ்ந்தது. அவனுடைய அண்ணன் பைக் விபத்தில் இறந்துபோனான். சிறு வயதிலேயே தகப்பனை இழந்த தங்கதுரைக்கு எல்லாமுமாக இருந்த அண்ணனின் மறைவு அவனை சிதைத்துப் போட்டது. இளவயது சாவு தருகின்ற வலிகள் தன் வானில் சுதந்திரமாக பறந்து திரியும் பட்டாம்பூச்சியின் சிறகுகளை வெட்டிப் புழுதியில் தள்ளுவதற்கு ஒப்பானவை. விளையாட்டுத்தனமாய்த் திரிந்த தங்கதுரைக்கு குடும்பத்தின் சுமைகள் அவனது தோள்களில் ஏறிக்கொண்டன. பத்தாம் வகுப்புடன் படிப்பை விட்டவன் பலசரக்குக் கடையில் கடைப் பையனாக வேலைக்குச் சேர்ந்தான்.

வருடங்கள் ஓடியதில் தங்கதுரை பின்னர் சென்னையில் பலசரக்குக் கடைக்கு முதலாளியாகியிருந்தான். பணவரவு அதிகமாக இருந்தது. மேடவாக்கத்திலிருந்து சோளிங்கநல்லூர் செல்லும் வழியில் மனை வாங்கியவன் தனிவீடு கட்டிக் குடியேறினான். அவனது சொந்தத்திலேயே பெண் பார்த்து கட்டி வைத்தார்கள். வீடும் கடையுமே அவனது வாழ்வாகிப் போனது. ஊரிலிருக்கும் வீட்டிலேயே இருந்து கொண்டாள் அம்மா. அப்பா வாழ்ந்த வீட்டை விட்டு சென்னைக்கு வருவதற்கு அவள் ப்ரியப்படவில்லை. பலமுறை கூப்பிட்டுப் பார்த்த தங்கதுரை ஒரு கட்டத்தில் கூப்பிடுவதை நிறுத்திவிட்டு மாதமிருமுறை ஊருக்குப் போய் அம்மாவைப் பார்த்து வருவான். கல்லாவிலேயே அதிகநேரம்

உட்கார்ந்து இருந்ததன் காரணமாக இளவயதிலேயே தொப்பையும் வந்து சேர்ந்தது. தன் பருத்த உடலுடன் அந்தக் கல்லாவிலேயே அவனது காலம் நகர்ந்து கொண்டிருந்தது.

அவனது வீட்டின் அருகேயிருந்த இடத்தில் முட்புதர்கள் மண்டிக் கிடந்தன. யாரோ ஒரு என்.ஆர்.ஐயின் இடம். அது, தெருவில் சுற்றும் நாய்களுக்கான இடமாகவும் பின்னிரவில் குடித்துவிட்டு பாட்டில்களை விட்டுச் செல்லும் குடிமகன்களுக்கான இடமாகவும் இருந்தது. கவனிப்பாரற்றுக் கிடந்த அந்த இடத்திற்கு முன்னால் வந்து நின்ற காரிலிருந்து இறங்கிய முன்வழுக்கைக்காரர் இடத்தைப் பார்த்துவிட்டு முகத்தைச் சுளித்துவிட்டு கிளம்பிச்சென்ற மறுநாளில் அந்த இடத்தை சுத்தம் செய்வதற்கு வேலையாட்கள் வந்து இறங்கினார்கள். இரண்டே நாட்களில் இடம் சுத்தமானது. ஒரு லாரியில் ஜல்லியும் மணலையும் கொண்டு வந்து ஓர் ஓரத்தில் கொட்டிச் சென்றார்கள். தன் வீட்டு மொட்டைமாடியிலிருந்து அந்த இடத்தைப் பார்த்த தங்கதுரை, “அடேயப்பா இவ்வளவு பெரிய இடமா இருக்கே கவனிக்காம கெடந்தப்ப இடம் சிறுசா இருந்த மாதிரில்லா இருந்துச்சு” என்று நினைத்துக் கொண்டான்.

விரைவில் அங்கே ஏதோ கட்டடம் வரப்போகிறது என்றே அக்கம்பக்கத்தில் உள்ளவர்கள் நினைத்திருந்தார்கள். இரண்டு மூன்று மாதங்கள் ஆகியும் எவ்வித கட்டட வேலையும் ஆரம்பிக்கப்படவில்லை. அப்போதுதான் அங்கே நான்கு சிறுவர்கள் கிரிக்கெட் பேட்டும் பந்துமாய் களம் இறங்கினார்கள். அவர்கள் விளையாட ஆரம்பித்த ஒரே வாரத்தில் சிறு சிறு அணிகளாக நிறைய சிறுவர்கள் விளையாட ஆரம்பித்தார்கள். வார இறுதி நாட்களில் தொடங்கிய கிரிக்கெட் போட்டிகள்... வார நாட்களின் மாலை வேளையையும் ஆக்கிரமித்தன.

முதலில் அவர்கள் விளையாடுவதை ரசித்தபோதும் நாளடைவில் ஒரு நாளில் இரண்டு முறையாவது தன் வீட்டிற்குள் வந்துவிழும் பந்துகளால் எரிச்சலடைந்தான் தங்கதுரை. அவனை விடவும் அவனது மனைவிக்குக் கோபம் உச்சத்தில் ஏறியது.

“நெதமும் பந்து உழுந்துருச்சுக்கா எடுத்துக்கிடுதம்னுட்டு வாரானுவ. போவும் போதும் சும்மா போறானுவளா.. நேத்து இரண்டு பட்டன்ரோஸை காங்கல எவன் பறிச்சுட்டுப் போனான்னுட்டு தெரியல. இன்னிக்கி குரோட்டன்ஸ் செடி வச்சிருக்கற தொட்டி

ஒடஞ்சு கெடக்கு. பொடிசுகளா இல்ல வானரக்கூட்டமான்னு தெரியமாட்டிக்கி... வூட்டுல ஆம்பளயாளு இருந்து என்ன புண்ணியம்" என்று அடிக்கடி புலம்ப ஆரம்பித்ததும் தங்கதுரைக்கு தலைவலியாகிப் போனது.

அந்த இடத்தின் உரிமையாளரின் எண்ணைக் கண்டுபிடித்து தொடர்பு கொண்டு கேட்டபோது சில காரணங்களால் கட்டிட வேலையைத் தொடங்க முடியாமல் போனதையும் விரைவில் காம்பவுண்ட் சுவரைக் கட்டி ஒரு கேட்டைப் போட்டு பூட்டிவிடுவதாகவும் சொன்னார். அவரிடம் பேசி நான்கு வாரங்கள் ஆகியும் காம்பவுண்ட் சுவர் எழுவதற்கான எந்தவித அறிகுறியும் இல்லை.

தங்கதுரைக்கு என்ன செய்வதென்று தெரியவில்லை. இனி உரிமையாளரை நம்பி புண்ணியமில்லை என்று நினைத்தவன் தன் கடையில் வேலை செய்யும் இளவட்டங்கள் நால்வரை அழைத்துக்கொண்டு ஞாயிற்றுக்கிழமை காலையில் அந்த இடத்திற்கு வந்தான். அவனது மனைவி துணி காயப்போடுவதற்காக மொட்டைமாடிக்குச் சென்றவள் தங்கதுரையின் கார் பக்கத்து இடத்தில் நுழைவதைப் பார்த்ததும் துணிகளை வைத்துவிட்டு மொட்டைமாடிச் சுவர் அருகே நின்று பார்த்தாள். வழக்கம் போலவே சிறு அணிகளாக பல சிறுவர்கள் விளையாடிக் கொண்டிருந்தார்கள்.

தங்கதுரை கண்ணைக் காண்பித்ததும் அவனுடன் வந்திருந்தவர்கள் ஓடிச்சென்று கிரிக்கெட் ஸ்டெம்புகளை பிடுங்கி எறிந்தார்கள். சிறுவர்கள் எவ்வளவு மன்றாடியும் கேளாதவர்களாக அத்தனை ஸ்டெம்புகளையும் அகற்றிவிட்டதுடன் இரண்டு சிறுவர்களிடமிருந்து பேட்டையும் பந்தையும் எடுத்துக்கொண்டு தங்கதுரையின் அருகே வந்து நின்றார்கள்.

தங்கதுரை தன் மீசையை முறுக்கிக்கொண்டு விடைப்பாக நின்றிருந்தான். அவனது உருவமும் வேஷ்டியும் வலது கையிலிருக்கும் கனத்த தங்க ப்ரேஸ்லட்டையும் கண்ட சிறுவர்களுக்கு பயத்தில் வார்த்தை எழவில்லை. ஒன்றிரண்டு சிறுவர்கள் "அண்ணே பேட்டை மட்டுமாவது குடுத்துருண்ணே" என்று அழுதபடி நின்றிருந்தார்கள்.

“இனி ஒரு பயலும் இங்க வெளயாட வரக்கூடாது. வந்தியன்னா பொறவு எல்லா பேட்டையும் புடுங்கிட்டு ஓடுங்கலேன்னு வெரட்டிப்புடுவேன்.. புரியுதால?”

கர்ஜித்த தங்கதுரையின் முன் சரியென்று தலையசைத்து மௌனித்து நின்றார்கள் சிறுவர்கள். பேட்டையும் பந்தையும் திருப்பிக் கொடுத்துவிட்டு எல்லோரையும் அந்த இடத்திலிருந்து கிளம்பச் சொன்னான். ஒவ்வொருவராக வெளியேறும்போது கூட்டத்திலிருந்து ஒரு குரல் சற்று உயர்ந்து வந்து விழுந்தது.

“கிரிக்கெட்னா என்னன்னு தெரியாத மடக்கூ... எல்லாம் வெள்ளையுஞ் சொள்ளையுமா வந்துடறானுங்க”

தங்கதுரைக்கு சுருக்கென்றது.

இரண்டு தவளைகள் எதிரெதிரே குதிக்கின்றன. குதிக்கும்போது எழுகின்ற ஒலிகள் ஒரே மாதிரி இல்லை. இரண்டும் குதித்த குட்டை ஒன்றுதான் ஆனால் இடம் வேறு. முதலாவது தவளை குதித்தவுடன் எழுபத்தி ஆறு துளிகள் தெறித்தன. இரண்டாவது தவளையால் ஐம்பத்தி ஏழு துளிகளை மட்டுமே சிதறடிக்கத் தெரிந்திருக்கிறது. தவளைகள் மீண்டும் குதிக்கின்றன. எண்ணிலடங்கா துளிகள் மீண்டும் தெறிக்கின்றன. குட்டைக்குள் தான் எறிந்த தவளைக் கல்லொன்று தாவித் தாவிச் செல்வதை இமைக்காமல் பார்த்தபடி நின்றிருந்தான் தங்கதுரை. குட்டைக்குள் அந்தக் கல் மூழ்கியதும் மீண்டும் குதிக்கின்றன தவளைகள். அப்போது மனதெங்கும் படர்ந்திருந்த பால்யத்தின் நினைவுகள் ஒவ்வொன்றும் தவளையின் உருவம் பெற்று குட்டைக்குள் குதித்து அதை நிரப்புகின்றன. சிறிதும் பெரிதுமாய் ஆயிரமாயிரம் தவளைகளைத் தன்னில் பெற்ற குட்டை ஒரே கணத்தில் வறண்டு மடிவது போலிருந்தது.

தன்னுடைய பத்தாவது வயதில்தான் முதல் முதலாக அந்த விளையாட்டைப் பற்றிய பேச்சுக்களைக் கேட்டான் தங்கதுரை. ஐந்தாம் வகுப்பு வரை தான் படித்த ஊரில் அவன் கண்டிருந்தது சில்லாங்குச்சியும் பம்பரமும் மட்டும்தான். ஆறாம் வகுப்புக்கென அருகிலிருக்கும் டவுன் பள்ளியில் சேர்ந்தபோதுதான் கிரிக்கெட்டின் மீது அவனுக்கு கவனம் அதிகமாகியது. பள்ளிக்கூடம் முடிந்தபின் விளையாட்டு மைதானத்தில் குவிந்துவிடும் மாணவர்கள் சிறுசிறு அணிகளாக கிரிக்கெட் விளையாடிக் கொண்டிருப்பார்கள்.

அவனுக்கும் விளையாடும் ஆசை தோன்ற.. ஏதாவது ஓர் அணியில் தன்னை சேர்த்துக்கொள்ள மாட்டார்களா என்கிற ஏக்கத்துடன் மைதானத்திற்குள் இருக்கும் புங்கை மரத்தடியில் காத்திருப்பான். அந்த மரத்தடியில்தான் அடுத்து களமிறங்கும் மாணவர்கள் காத்திருப்பார்கள். பிட்சிலிருந்து அவுட் ஆனவுடன் புங்கை மரத்தடிக்கு வரும் மாணவர்களிடமிருக்கும் பேட்டை வாங்கிக்கொண்டு பிட்ச் நோக்கி ஓடுவார்கள் காத்திருந்தவர்கள். எப்படியாவது அந்த பேட்டை வாங்கிக்கொண்டு தானும் களமிறங்கவேண்டும் என்று நினைப்பான். ஆனால் ஆட்டத்தில் சேர்த்துக்கொள்ள யாரும் முன்வரவில்லை. தன் உடல் பருமனால் தன்னை ஒதுக்கும் அணியினரின் கிண்டல்.. முள்ளாய் அவனுக்குள் இறங்கி உயிர் கிழிக்கும்.

“யோல ஒன்னால ஒரு ரன்னு ஓடி எடுக்க முடியுமால.. போயி கோலிக்காய் வெளயாடுல”

கிண்டலடித்து ஒன்றுகூடி சிரிப்பார்கள். அது அவனுக்குள் ஏற்படுத்திய தாழ்வு மனப்பான்மையால் மைதானத்திற்குப் போவதை நிறுத்திவிட்டு பள்ளிக்கூடம் முடிந்ததும் தன் வீட்டிற்கு அருகிலிருக்கும் தேரிக் காட்டிற்குள் போய்விடுவான். தேரி செம்மண் பூமி. அங்கே மணல் குவியல் அதிகம் என்றாலும் சிறியதொரு மைதானமும் இருந்தது. அதில் ரவுண்ட் ரேஸ் விளையாடுவார்கள் சிறுவர்கள். அவர்களுடன் சிறிதுநேரம் விளையாடிவிட்டு வீடு திரும்பிவிடுவான். அப்போது தூர்தர்ஷனில் இந்திய அணி ஆடும் போட்டிகளை ஒளிபரப்புவார்கள். முதல் ஆளாய் அந்தப் போட்டிகள் ஒன்றுவிடாமல் பார்க்க ஆரம்பித்தான். கல்லூரியில் படித்துக்கொண்டிருந்த அவனது அண்ணனுக்கே வியப்பாக இருக்கும். இந்த வயதிலேயே கிரிக்கெட் பார்க்கிறானே என்று. கிரிக்கெட்டின் புள்ளிவிவரங்களை அவன் பேச ஆரம்பித்தபோதுதான் கிரிக்கெட் மீதான அவனது ஆர்வத்தைப் புரிந்து கொண்ட அண்ணன் உள்ளூர் தச்சு ஆசாரியிடம் சொல்லி ஒரு கிரிக்கெட் பேட்டை செய்து தன் தம்பிக்கு பரிசளித்தான்.

அன்று தங்கதுரை அடைந்த சந்தோஷத்திற்கு அளவே இல்லை. நேராக தேரிக் காட்டிற்கு ஓடியவன் அங்கிருந்த சிறுவர்களுடன் தன் புதிய மட்டையால் கிரிக்கெட் விளையாட ஆரம்பித்தான். தினமும் தவறாமல் பள்ளிக்கூடம் முடிந்தவுடன் கிரிக்கெட்

விளையாடப் போய்விடுவான். மற்றவர்களைப் போல பந்தைத் தட்டிவிட்டு ஒரு ரன் எடுப்பது அவனுக்கு மனத்தடையாக இருந்தது. ஒரு ரன்னுக்காக ஓடும்போது தன் பருத்த உடலைக் கண்டு ஏளனம் செய்வார்களே என்கிற எண்ணம் அவனுக்குள் எப்போதும் இருந்தது. அதன் காரணமாக எதிர்கொள்ளும் பந்தை எல்லாம் பவுண்டரியாக மாற்றிவிடும் நுணுக்கங்களை விரைவாகக் கற்றுக் கொண்டான். அவனது தேரிக் காட்டு ஆட்டம் பற்றி பள்ளிக்கூடத்தில் பேச ஆரம்பித்தார்கள். ஆறாம் வகுப்பு சி பிரிவு அணியில் உடனே இடம் கிடைத்தது. அன்றைய முதல் போட்டியில் அந்த மைதானத்தின் அனைத்து திசைகளிலும் தங்கதுரை அடித்த சிக்ஸர்களும் பவுண்டரிகளும் பன்னிரண்டாம் வகுப்பு மாணவர்கள் வரை பரவி அவனது ஆட்டத்திற்கெனத் தனியொரு ரசிகர் கூட்டமே உருவாகியது.

அதற்கடுத்த நான்கு ஆண்டுகள் அந்த டவுனில் தங்கதுரை விளையாடாத மைதானமே இல்லை என்றானது. எதிர் அணியினர் தங்கதுரையை அவுட் ஆக்கிவிட்டால் கோல்டு அவுட் இனி வென்று விடலாம் என நினைக்கும் அளவிற்கு எதிரணியினருக்கு சிம்ம சொப்பனமாகிப் போனான் கோல்ட். பள்ளிக்கூடத்தில் விளையாடுவதோடு நின்றுவிடாமல் பக்கத்து ஊர்களில் நடக்கும் போட்டிகளில் எல்லாம் கெஸ்ட் ப்ளேயராக களம் இறங்கி சூறாவளி ஆட்டம் ஆடினான். அந்த மாவட்டம் முழுவதுமே அவனது சொந்தப் பெயரை விட கோல்ட் எனும் பட்டப்பெயரே எல்லோருடைய மனதிலும் நிலைத்து நின்றது. கோல்ட் ஆட்டத்தைக் காண வெளியூரிலிருந்தெல்லாம் ஆட்கள் வர ஆரம்பித்தார்கள்.

பத்தாம் வகுப்பு ஆண்டுத் தேர்வு முடிந்து விடுமுறை ஆரம்பித்த முதல் நாளில் தங்கதுரையின் அண்ணன் சென்னையிலிருந்து எஸ். எஸ் பேட் ஒன்றை வாங்கி வந்திருந்தான். எஸ்.எஸ் பேட்டைக் கண்டதும் தங்கதுரையைக் கையில் பிடிக்க முடியவில்லை. சைக்கிள் கேரியரில் பேட்டைச் சொருகிக் கொண்டு ஊர் முழுவதும் திரிந்தான். எதிர்ப்படும் நண்பர்களிடமெல்லாம் பேட்டைக் காண்பித்து சந்தோஷித்தான்.

தொடர் மழையால் தங்கதுரையின் வீட்டின் அருகேயிருந்த இடத்தில் குட்டை போலத் தேங்கி நின்றது மழைத் தண்ணீர்.

குட்டையில் கிடந்த தவளைகள் போடும் சப்தம் இரவெல்லாம் கேட்டுக்கொண்டிருந்தது. மூன்று மாதங்களுக்கு முன்பு வரை தினம் தினம் சிறுவர்கள் கிரிக்கெட் விளையாடுமிடமாக இருந்த இடம் இப்போது எவ்வளவு மாறிவிட்டது என்று நினைத்தபடியே கல்லொன்றை குட்டைக்குள் எறிந்தான் தங்கதுரை. அது ஏற்படுத்திய சிற்றலையை பார்த்துக்கொண்டே கடைசியாக அந்த இடத்தில் கிரிக்கெட் விளையாடப்பட்ட நாளை நினைத்துப் பார்த்தான்.

"ஏ எவம்ல கூட்டத்துல இருந்து குரலு கொடுக்குறது, வக்காலி ஆறு பந்துல ஆறு சிக்ஸர் அடிக்கேன். தைரியம் இருந்தா பவுலிங் போடுல.. இந்த கோல்டு யாருன்னு காட்டுதேன்"

குரலை உயர்த்தி சத்தமிட்டான் தங்கதுரை. அவனது குரல் கேட்டதை விடவும் அவன் சிக்ஸர்கள் பற்றி சொன்னதை கேட்டவுடன் வெளியேறிக்கொண்டிருந்த சிறுவர் கூட்டம் திரும்பி வந்தது. "அண்ணே அவந்தான் சொன்னான்ணே" என்று ஆளாளுக்கு மாற்றி மாற்றி சுட்டிக்காட்டிக் கொண்டிருந்தார்கள்.

"சொன்னவன் எவனாவும் இருக்கட்டும்ல. எவன் எனக்கு பவுலிங் போடப் போறான்னுட்டு முடிவு செஞ்சுட்டு உள்ள இறங்கு. ஒரு சிக்ஸ்ர் கொறஞ்சாலும் வந்த வழில நா போயிடுதேன். ஆறு சிக்ஸர் அடிச்சேன்னு வெய்யி ஒரு பய இந்தப்பக்கம் தல வச்சிப் படுக்கக்கூடாது சொல்லிப்புட்டன்" என்றவாறு வேகமாக தன் வீட்டிற்குள் நுழைந்தவன் டிசர்ட்டும் ட்ராக் பேண்டும் ஷூவுமாய் திரும்பி வந்தான். அவன் கையிலிருந்த எஸ்.எஸ் பேட்டைப் பார்த்ததும் சிறுவர்களுக்குள் சலசலப்பு ஏற்பட்டது.

மீசை முளைக்கத் தொடங்கியிருந்த பதின்ம வயது சிறுவனொருவன் பவுலிங் போடுவதற்கென முன் வந்தான்.

ஆட்டம் ஆரம்பமானது. தங்கதுரையின் மனைவி ஆர்வமுடன் பார்த்துக் கொண்டிருந்தாள்.

ஓடி வந்து முதல் பந்தை அந்தச் சிறுவன் வீசியதும் தங்கதுரை வேகமாக பேட்டை சுழற்றியதும் கண நேரத்தில் நிகழ்ந்தன.

மறுநாள் பத்திரிகை செய்தியானது.

“கிரிக்கெட் போட்டியின் போது ஹாண்டிலை விட்டு உருவிய பேட் பறந்து சென்று விழுந்ததில் மண்டை உடைந்த சிறுவனுக்கு பலத்த காயம்.”

தவளைகள் குட்டையிலிருந்து வெளிக்குதித்து தன்னை நோக்கி வருவது போலிருந்தது தங்கதுரைக்கு.

“வரட்டும் வரட்டும் வீட்டு வாசலுக்குள்ள நுழைஞ்சு பாக்கட்டும்.. இந்த கோல்டு யாருன்னு காட்டுதேன்” என்றபடி லுங்கியை மடித்துக் கட்டிக் கொண்டு நின்றான் தங்கதுரை.

“எது ஆறு பந்துல ஆறு சிக்ஸரு அடிக்கிற கோல்டா” என்றவாறு வீட்டின் கேட்டை இறுக மூடிவிட்டு வீட்டிற்குள் போனாள் தங்கதுரையின் மனைவி.

★

பனிக்காலத்தின் பகல்

1

வேகமாக மூன்று முறை அந்த மைதானத்தை ஓடி முடித்தவுடன் மூச்சுவாங்க கால் முட்டியில் கைவைத்துக் குனிந்து நின்றிருந்தேன். வியர்வைத் துளிகள் நெற்றியிலிருந்து இறங்கி நாசி நுனி தொட்டு பூமியில் விழுந்தபடி இருந்தன. ஒவ்வொரு துளியையும் அமிர்தம் போல ஆர்வமுடன் குடித்துக்கொண்டிருந்தது பூமி. தினம் அதிகாலை நடைப்பயிற்சி முடிந்தபின் மூன்று முறை இப்படி வியர்க்க ஓடிவிட்டு வீடு திரும்புவது வழக்கம். பின்னாலிருந்து குரல் கேட்டது.

“தம்பி...”

கசங்கலான வெள்ளை வேட்டி, கதர்ச் சட்டை. கையிலொரு காகிதம். எழுபது அல்லது அதற்கும் கூடுதலான வயதுடைய பெரியவர் ஒருவர் நின்றிருந்தார். பார்த்தவுடன் புரிந்துவிட்டது தெக்கத்திக்காரர்.

“சொல்லுங்க?”

மூச்சு இரைப்பது நின்றிருந்தது. வியர்வையைத் துடைத்துக்கொண்டே கேட்டேன்.

“இந்த விலாசத்துக்குப் போகணும் தம்பி. ரெம்ப நேரமா தேடுதேன் ஒண்ணும் பிடிபடமாட்டிக்கி.”

வெகுநாட்கள் கழித்து ஊர் பாஷையைக் கேட்டவுடன் என்னையும் அறியாமல் முகத்தில் புன்னகை மலர்ந்தது. அவரிடமிருந்த காகிதத்தை வாங்கிப் பார்த்தேன்.

“இது அடுத்த தெருவுலல்லா இருக்கு அண்ணாச்சி.. இங்க தேடுனா போவமிடியாது.. வாங்க நா கூட்டிக்கிட்டு போறேன்”

“ஓ தம்பிக்கும் தெக்கயா... எந்த ஊருப்பு?”

அவரது முகத்திலிருந்த களைப்பு நீங்கி உற்சாகமாகிவிட்டார்.

“சொந்த ஊரு குரும்பூர் அண்ணாச்சி... சென்னைக்கு வந்து செட்டிலாகி பத்துவருசம் ஆவுது பாத்துக்கிடுங்க...”

“ஓ குரும்பூரா... நமக்கு நாசரேத்து... இங்க எதுலப்பு வேல பாக்க?”

“இங்க ஒரு காலேஜ்ல ப்ரொபசரா இருக்கேன் அண்ணாச்சி...”

பேசிக்கொண்டே அடுத்த தெருவிற்குள் நுழைந்தோம். அதிகாலை சென்னை எப்போதும் அழகானது. அந்தத் தெருவின் இருபுறமும் மரங்களிருந்தன. தனித்தனி வீடுகள். அங்கொன்றும் இங்கொன்றுமாக வீட்டின் முன் கார்கள் நிறுத்தப்பட்டிருந்தன.

வீட்டு வாசலின் முன் சென்று அழைப்புமணியை அழுத்தியவுடன் ஒரு பெண் கதவைத் திறந்தார். பெரியவரைப் பார்த்ததும் புன்னகைத்தபடியே வந்து கேட்டைத் திறந்து அவரிடமிருந்த ஏர்பேக்கை வாங்கிக்கொண்டார். பெரியவர் ரொம்ப நன்றி என்றபடி கையெடுத்துக் கும்பிட்டார். தலையசைத்துவிட்டு அங்கிருந்து கிளம்பினேன்.

2

மறுநாள் அதிகாலை மைதானத்திற்குச் சென்றபோது பனிபடர்ந்திருந்த சிறுபுற்களைப் பார்த்தபடியே நடந்தேன். இந்த டிசம்பர் மாத காலை எப்பொழுதும் பனியுடனே மலர்கிறது. அறுபது நிமிட நடைப்பயிற்சிக்குப் பின் மூன்று முறை மைதானத்தைச் சுற்றி ஓடவேண்டும். முதல் இரண்டு

சுற்று ஓட்டத்திற்குப் பின் மூன்றாவது சுற்று கொஞ்சம் கடினமாக இருக்கிறது. ஆனாலும் அதுதானே இலக்கு. மூச்சிரைக்க ஓடி முடித்து நின்றபோது உடலெங்கும் வியர்த்து டிசர்ட் தொப்பலாக நனைந்திருந்தது.

கால் முட்டியில் கைவைத்துக் குனிந்து நின்றிருந்தேன். வியர்வைத்துளிகள் நெற்றியிலிருந்து இறங்கி நாசி நுனி தொட்டு பூமியில் விழுந்தபடி இருந்தன.

பின்னாலிருந்து குரல் கேட்டது. நேற்றுக் கேட்ட அதே குரல்.

"தம்பி..."

அதே பெரியவர். நேற்றைப் போலவே இன்றும் கையிலொரு காகிதத்தை வைத்தபடி நின்றிருந்தார்.

அவர் முகம் இன்று குழப்பத்திலிருப்பது போலிருந்தது. வயதானால் நாமும் இப்படித்தான் நம் வீட்டின் முகவரியை மறந்துவிடுவோமோ என்று நினைத்தபோது மனம் பதைபதைத்தது. முதியவர்களை நம் சமூகம் ஒழுங்காக நடத்துவதில்லை என்கிற குறை எப்போதும் என் மனதை அரித்தபடியே இருக்கும். வெளிநாடுகளுக்குச் சுற்றுலா சென்றபோது அங்கே வயதானவர்களுக்கான வசதிகளும் வழிகாட்டுதல்களும் எவ்வளவு அதிகமாக இருக்கிறது என்பதை எண்ணி வியந்திருக்கிறேன். நம் தேசத்தில் மாற்றுத்திறனாளிகளுக்கும் முதியவர்களுக்குமான முக்கியத்துவம் எப்போதுமே குறைவு. அந்த நிலை மாறும் நாளுக்காக என்னால் முடிந்தவற்றைச் செய்தும் வருகிறேன். பலவித எண்ணம் மனதில் ஓடியபடி இருந்தது.

அவர் ஏதோவொரு கேள்வியைக் கேட்டார். முதல் பாதி கேள்வியை நான் உள்வாங்கிக் கொள்ளவில்லை.

".... இங்க எதுலப்பு வேல பாக்க?"

"இங்க ஒரு காலேஜ்ல ப்ரொபசரா இருக்கேன் அண்ணாச்சி..."

பேசிக்கொண்டே அடுத்த தெருவிற்குள் நுழைந்தோம். நேற்றுப் பார்த்த அதே வீடு. அழைப்புமணியை அழுத்திவிட்டுப் காத்திருந்தபோது உள்ளிருந்து வந்த பெண்மணியைப் பார்த்துப் புன்னகைத்துவிட்டு பெரியவரை அவரிடம் விட்டுவிட்டு என் வீடு நோக்கி நடக்க ஆரம்பித்தேன்.

நேற்றைப் போலவே இன்றும் அவர் கையில் அந்த ஏர்பேக்கை வைத்திருந்தாரா இல்லையா என்பதைக் கவனிக்கத் தவறியிருந்தேன். ஒருவேளை அந்த வீட்டிலிருக்கும் பெண் பெரியவரை வீட்டை விட்டு துரத்தியிருப்பாரோ என்றெல்லாம் மனம் எண்ணத் தொடங்கியது. வீட்டை அடைந்து என் தினசரி வேலைகளில் மூழ்கியபோது பெரியவரை மறந்திருந்தேன்.

3

மறுநாள் அதிகாலை மைதானத்திற்குச் சென்றபோது பனி அதிகமாக இருந்தது. எங்கும் வெண்பனி மூட்டம். சென்னையா அல்லது ஏதோவொரு மலைப்பிரதேசமா என்று நினைக்கும் அளவிற்குச் சில்லென்றிருந்தது. அதிகாலைச் சென்னை எப்போதுமே என் மனதிற்கு மிக நெருக்கமானது. ஆள் அரவமற்ற சாலையில் நடப்பது எவ்வளவு விருப்பமோ அதே அளவு யாருமற்ற மைதானத்தைப் பார்ப்பதும் விருப்பமான ஒன்று. இன்னும் நடைப்பயிற்சிக்கு வேறு மனிதர்கள் எவரும் வந்திருக்கவில்லை. அதுவரை நானும் இந்த மைதானமுமே மனதால் உரையாடிக்கொள்வோம். மைதானத்திலிருக்கும் புற்கள், மைதானத்தைச் சுற்றியிருக்கும் இரும்பு முள்வேலி அதில் அவ்வப்போது வந்து நின்று இளைப்பாறிச் செல்லும் பறவைகள் என என்னோடு பேசுவதற்கும் என்னுடனிருப்பதற்கும் இந்த மைதானத்தில் ஏராளமிருந்தன.

மூச்சிரைக்க ஓடி முடித்து நின்றபோது உடலெங்கும் வியர்த்து டிசர்ட் தொப்பலாக நனைந்திருந்தது.

கால் முட்டியில் கைவைத்துக் குனிந்து நின்றிருந்தேன். வியர்வைத்துளிகள் நெற்றியிலிருந்து இறங்கி நாசி நுனி தொட்டு பூமியில் விழுந்தபடி இருந்தன.

பின்னாலிருந்து குரல் கேட்டது. நேற்றுக் கேட்ட அதே குரல்.

“தம்பி...”

அதே பெரியவர். நேற்றைப் போலவே இன்றும் கையிலொரு காகிதத்தை வைத்தபடி நின்றிருந்தார். எனக்கு அப்போதுதான் முதல்முறையாகக் குழப்பமும் பயமும் ஒருசேரத் தோன்றியது. தலை

வலிப்பது போலிருந்தது. ஏன் இவர் தினமும் அந்த வீட்டைத் தேடுகிறார்? ஒருவேளை மனநலம் பாதிக்கப்பட்டவராக இருப்பாரோ எனத் தோன்றியபோது அவர்மீது இரக்கம் வந்தது.

நான் பேச ஆரம்பிப்பதற்குள் அவர் அருகில் வந்து "இந்த விலாசத்துக்குப் போகணும் தம்பி, ரெம்ப நேரமா தேடுதேன் ஒண்ணும் பிடிபடமாட்டிக்கி" என்றார்.

அவரை அழைத்துக்கொண்டு அவர் கேட்கும் கேள்விகளுக்கு பதிலளித்துக்கொண்டே அடுத்த தெருவை நோக்கி நடந்து கொண்டிருந்தேன்.

அதே வீடு. அதே பெண்மணி.

"தாகமா இருக்கு கொஞ்சம் தண்ணீ கிடைக்குமா?"

எனக்கு அந்த வீட்டிற்குள் போவதற்கு ஒரு வழி தேவைப்பட்டதால் தண்ணீர் கேட்டேன்.

"உள்ள வாங்க தம்பி" என்றபடி முன்னால் நடந்த பெரியவரைப் பின் தொடர்ந்து வீட்டிற்குள் சென்றேன். வரவேற்பறை மிக அழகாகவும் சுத்தமாகவும் இருந்தது. வரவேற்பறையிலிருந்த சோஃபாவில் அமரச் சொன்னார் பெரியவர். அந்த வீட்டிற்குள் காலடி எடுத்து வைத்தபோது உடம்பில் ஏதோவொரு புதுவித உணர்வு ஏற்பட்டது போலிருந்தது. வீட்டினுள்ளிருந்து ஓடிவந்த சிறுமி, "ஐ... தாத்தா வந்தாச்சு.." என்றபடி அவருடைய கால்களைக் கட்டிக்கொண்டாள். அவளைத் தூக்கிக் கன்னத்தில் முத்தமிட்டு "எம்புள்ளா ஒனக்கு தாத்தா என்ன வாங்கிட்டு வந்திருக்கேன் பாரு..." என்றபடி தன் ஏர்பேக்கிலிருந்து ஒரு பொட்டலத்தைப் பிரித்து அதற்குள்ளிருந்த இனிப்புச் சேவை எடுத்துக் கொடுத்தார்.

தண்ணீர் வந்தது. குடித்துவிட்டு நிமிர்ந்தபோது பெரியவர் வீட்டிற்குள் போயிருந்தார். சிறுமியுடன் அவர் விளையாடிக்கொண்டிருக்கும் சத்தம் கேட்டது.

"அண்ணாச்சி அடிக்கடி வீட்ட மறந்துருவாவ போல..."

அந்தப் பெண்மணியிடம் கேட்டேன்.

"வயசாயிருச்சு... அதான் மாமாவுக்கு தெருவும் வீடும் பிடிபடல" என்றவரின் முகத்தில் கொஞ்சமாய் கவலை தென்பட்டது.

“செரிங்க பத்திரமா பாத்துக்குங்க... நான் கிளம்புறேன்...”

வீட்டை விட்டு வெளியேறி என் வீடு நோக்கி நடந்தேன். வீட்டிற்குள் நுழைந்து உடைமாற்றி கல்லூரிக்குக் கிளம்புவதற்காக பைக்கை வீட்டை விட்டு வெளியே எடுத்து ஸ்டார்ட் செய்ய முயன்றபோது, என்னை உரசும் தொலைவில் வேகமாகக் கடந்து சென்றது ஒரு ஸ்கூட்டி. தன் துப்பட்டாவினால் தலையைச் சுற்றி முகக்கவசம் போல் அணிந்திருந்தாள். இந்தச் சிறிய தெருவில் ஏன் இவ்வளவு வேகமாகச் செல்கிறாள் என்கிற எரிச்சலுடன் கிளம்பியபோது, எனக்கு முன்னாலிருந்து பெரும் சப்தம் கேட்டது. அவள் சென்ற ஸ்கூட்டி கீழே கிடந்தது. யார் மீதோ மோதியதில் சற்று தொலைவில் கீழே விழுந்து மெல்ல எழ முயற்சித்தபடி இருந்தாள். என் பைக்கை நிறுத்திவிட்டு ஓடினேன்.

அங்கே தலையிலிருந்து ரத்தம் சிதற கீழே கிடந்தார் பெரியவர். அதே பெரியவர். இவர் ஏன் இங்கே வந்தார் என யோசிக்கும் முன், கீழே விழுந்திருந்த அந்தப் பெண் வேகமாக தன் ஸ்கூட்டியை எடுத்துக்கொண்டு அங்கிருந்து விரைந்து சென்றாள். ஓடிச்சென்று பெரியவரைத் தூக்க முயன்றேன். அவர் வலியில் முனகியபடி இருந்தார். 108ஐ அழைத்தேன்.

4

ஆம்புலன்ஸ் வந்து பெரியவரை மருத்துவமனைக்குக் கூட்டிச் சென்றது. போலீஸ் என்னிடம் விசாரித்தது. அந்தப் பெண்ணை அடையாளம் காட்ட முடியுமா என்று கேட்டார்கள். அவள் சென்ற ஸ்கூட்டியின் மாடலும் நிறமும் என்னவென்று சொன்னவுடன் சீக்கிரம் பிடித்துவிடலாம் என்றார் ஏட்டு ஒருவர். கல்லூரிக்கு விடுப்பு சொல்லிவிட்டு வீட்டிற்குள் வந்து உட்கார்ந்தேன். அந்தப் பெண் என்மீது உரசியிருந்தால் பெரியவர் தப்பித்திருப்பாரே எனத் தோன்றியது. எதுவும் செய்யத் தோன்றவில்லை. ஒருவேளை பெரியவர் இறந்துவிட்டால் அந்தச் சிறுமியிடம் என்ன சொல்லித் தேற்றுவது? தாத்தா இனி வரமாட்டார் என்றால் புரிந்துகொள்ளும் வயதில்லையே. மனம் கனத்தது. இனி யார் அந்தச் சிறுமிக்கு இனிப்புச்சேவு வாங்கி வருவார்கள்? இதையெல்லாம் நான் ஏன் யோசிக்கிறேன்? ஒரு மரணத்தைத் தடுக்கக்கூடிய சக்தி

நமக்கிருந்தால் எப்படி இருக்கும்? பலவித கேள்விகளால் கழிந்தது அன்றைய பொழுது.

5

மறுநாள் அதிகாலை எழுந்து மைதானத்திற்கு போக விருப்பமில்லாமல் படுக்கையில் புரண்டபடி இருந்தேன். உடல் சோர்வாக இருந்தது. ஆனாலும் மைதானத்திற்குப் போவது உடலுக்கும் மனதுக்கும் இதமாக இருக்கும் என்பதால் என் நடைப்பயிற்சிக்கான உடையை மாற்றிக்கொண்டு மைதானம் நோக்கி நடந்தேன். ஒவ்வொரு காலையும் ஒவ்வொரு விதமாக புலர்கிறது. அதிலும் பனி நிறைந்த அதிகாலைகள் பவித்திரமானவை. அந்தப் பனியினூடாக மனம் பயணித்து எங்கெங்கோ சென்று திரும்பும். நடையைத் துவக்கினேன். மனது கொஞ்சம் கொஞ்சமாக உற்சாக நிலைக்கு மாறிக்கொண்டிருந்தது. நடைப்பயிற்சியின் முக்கிய அம்சம் அது உடலுக்கு மட்டும் உற்சாகத்தைத் தருவதோடு நின்றுவிடுவதில்லை. மனதின் சோர்வையும் உடனே நீக்கும் கருவியாக நடைப்பயிற்சி இருக்கிறது என்று நினைத்தபடியே நடந்து முடித்துவிட்டு இரண்டு சுற்று ஓட்டத்தையும் தொடர்ந்தேன்.

மூன்றாவது சுற்றையும் ஓடி முடித்துவிட்டு மூச்சிரைக்க நின்றபோது உடலெங்கும் வியர்த்து டிசர்ட் தொப்பலாக நனைந்திருந்தது.

கால் முட்டியில் கைவைத்துக் குனிந்து நின்றிருந்தேன். வியர்வைத்துளிகள் நெற்றியிலிருந்து இறங்கி நாசி நுனி தொட்டு பூமியில் விழுந்தபடி இருந்தன.

பின்னாலிருந்து குரல் கேட்டது. நேற்றுக் கேட்ட அதே குரல்.

“தம்பி...”

அதே பெரியவர். நேற்றைப் போலவே இன்றும் கையிலொரு காகிதத்தை வைத்தபடி நின்றிருந்தார். திடுக்கிட்டு விழித்தேன். இதயம் பலமாக அடித்துக்கொண்டது. படுக்கையில் எழுந்து உட்கார்ந்தபோது தலை அதிகமாக வலித்தது. என்ன இது கனவு? நேற்றிரவு பெரியவரை நினைத்துக்கொண்டே உறங்கியதால் வந்த கனவாக இருக்குமோ என்று நினைத்துக்கொண்டே மொபைலை எடுத்து மணியைப் பார்த்தேன். ஐந்து முப்பது. வழக்கமாக எழுகின்ற நேரம்.

நடைப்பயிற்சிக்கான உடையை மாற்றிக்கொண்டு மைதானம் நோக்கி நடந்தேன். மனதெங்கும் அந்தக் கனவும் நேற்று தெருவில் இறந்து கிடந்த பெரியவரின் விரிந்த கண்களும் நினைவிலாடியபடி இருந்தது. மைதானத்தில் வழக்கம் போல யாருமில்லை. பனி அதிகமாக இருந்தது. அந்தச் சிறுமியின் ஞாபகமாக இருந்தது. நடை எல்லாவற்றையும் மாற்றிவிடும். வேகமாக நடக்கத் தொடங்கினேன். அறுபது நிமிட நடைக்குப் பின் வழக்கம்போல மூன்று சுற்று மைதானத்தை ஓடி முடித்தவுடன் மூச்சிரைக்க நின்றபோது உடலெங்கும் வியர்த்து டிசர்ட் தொப்பலாக நனைந்திருந்தது.

கால் முட்டியில் கைவைத்துக் குனிந்து நின்றிருந்தேன். வியர்வைத்துளிகள் நெற்றியிலிருந்து இறங்கி நாசி நுனி தொட்டு பூமியில் விழுந்தபடி இருந்தன.

பின்னாலிருந்து குரல் கேட்டது. நேற்றுக் கேட்ட அதே குரல்.

“தம்பி...”

அதே பெரியவர். நேற்றைப் போலவே இன்றும் கையிலொரு காகிதத்தை வைத்தபடி நின்றிருந்தார். என்னுடலின் வியர்வை அதிகமானது. இதயத்துடிப்பின் ஓசை செவிகளில் கேட்டது. இது கனவல்ல என்பதை எனக்கு முன்னால் நடைப்பயிற்சியில் இருக்கும் மனிதர்களும் மைதானத்தைச் சுற்றி ஓடுகின்ற மனிதர்களும் உறுதி செய்தனர்.

இது சத்தியமாக கனவல்ல. இதோ என் முன்னால் அந்தப் பெரியவர் நிற்கிறார்.

அப்படியெனில் இது என்ன? நான் யோசிப்பதைக் கண்டவர்...

“இந்த விலாசத்துக்குப் போகணும் தம்பி, ரெம்ப நேரமா தேடுதேன் ஒண்ணும் பிடிபடமாட்டிக்கி” என்றார்.

அவரை அடுத்த தெருவிலிருக்கும் வீட்டிற்கு அழைத்துச் சென்றேன். அதே பெண்மணி பெரியவரிடமிருந்து ஏர்பேக்கை வாங்கிக்கொண்டு அழைத்துச் சென்றார். தண்ணீர் கேட்டு அவர்களைப் பின்தொடர்ந்தேன். “ஐ... தாத்தா” என்றபடி சிறுமி பெரியவரின் கால்களைக் கட்டிக்கொண்டு என்னை வினோதமாகப் பார்த்தாள்.

என் வீட்டிற்கு வந்து ஷவரின் கீழ் நின்று குளிக்கும்போது நடந்தவை அனைத்தும் காட்சிகளாக மனதில் ஓடியபடி இருந்தன. கல்லூரிக்குக் கிளம்பி பைக்கை வெளியே எடுத்த வேகத்தில் என்னை உரசுவது போல வந்த பெண்ணின் ஸ்கூட்டியின் குறுக்கே புகுந்தேன். என்மீது மோதிய ஸ்கூட்டியிலிருந்து சிதறி விழுந்தாள் அவள்.

எனக்குக் கீழே விழுந்ததில் கையில் சிராய்ப்பு ஏற்பட்டு ரத்தம் துளிர்த்திருந்தது. அவள் மெல்ல எழுந்து அடிபட்டிருந்த தன் காலைத் தடவி விட்டபடி அமர்ந்திருந்தாள். அருகில் சென்றபோது அவளது முகத்தைச் சுற்றியிருந்த துப்பட்டா விலகியிருந்ததில் அவளது முகம் தெளிவாகத் தெரிந்தது. முகத்தைப் பார்த்தவுடன் அதிர்ச்சியில் உறைந்து நின்றேன். சற்று தொலைவில் நடந்து போய்க்கொண்டிருந்தார் பெரியவர்.

6

மறுநாள் காலை எழுந்தவுடன் இன்றைய நாள் வாழ்வில் முக்கியமானதொரு நாளாக இருக்கப்போகிறது என்கிற எண்ணம் தோன்றியது. மைதானம் நோக்கி நடந்தபோது லேசான தூறல் போட்டது வானம். தெருநாயொன்று தன் குட்டியைக் கவ்விக்கொண்டு மழைக்கு ஒதுங்க இடம் தேடியபடி அலைந்து கொண்டிருந்தது. மனிதர்களை விட தெருநாய்கள் எவ்வளவோ மேல் எனத் தோன்றியது. நேற்றிரவு அவளைச் சந்தித்தபோது அவள் சொன்ன ஒவ்வொரு வார்த்தையும் மனதில் ஊசியாய்க் குத்திக்கொண்டே இருக்கிறது. இப்படியும் சில மனித மிருகங்கள் உலவுகின்றனவா என நினைத்தபோது ஆத்திரம் தலைக்கேறியது. வேகமாக நடக்க ஆரம்பித்தேன். வழக்கத்தைவிட வேகமாக நடைப்பயிற்சி முடித்து, மூன்று சுற்று ஓடி முடித்தபோது, உடலெங்கும் வியர்த்து டிசர்ட் தொப்பலாக நனைந்திருந்தது.

கால் முட்டியில் கைவைத்துக் குனிந்து நின்றிருந்தேன். வியர்வைத்துளிகள் நெற்றியிலிருந்து இறங்கி நாசி நுனி தொட்டு பூமியில் விழுந்தபடி இருந்தன.

பின்னாலிருந்து குரல் கேட்டது. நேற்றுக் கேட்ட அதே குரல்.

“தம்பி...”

அதே பெரியவர். நேற்றைப் போலவே இன்றும் கையிலொரு காகிதத்தை வைத்தபடி நின்றிருந்தார்.

“இந்த விலாசத்துக்கு போகணும் தம்பி. ரெம்ப நேரமா தேடுதேன் ஒண்ணும் பிடிபடமாட்டிக்கி” என்றார்.

அவரை அடுத்த தெருவிலிருக்கும் வீட்டிற்கு அழைத்துச் சென்றேன். அதே பெண்மணி பெரியவரிடமிருந்து ஏர்பேக்கை வாங்கிக்கொண்டு அழைத்துச் சென்றார். தண்ணீர் கேட்டு அவர்களைப் பின்தொடர்ந்தேன். “ஐ... தாத்தா” என்றபடி சிறுமி பெரியவரின் கால்களைக் கட்டிக்கொண்டு என்னை வினோதமாகப் பார்த்தாள்.

என் வீட்டிற்கு வந்து ஷவரின் கீழ் நின்று குளிக்கும்போது நடந்தவை அனைத்தும் காட்சிகளாக மனதில் ஓடியபடி இருந்தன. கல்லூரிக்கு கிளம்பி பைக்கை வெளியே எடுத்த வேகத்தில் என்னை உரசுவதுபோல சென்ற ஸ்கூட்டியிடமிருந்து சட்டென்று விலகி நின்றேன். சில நொடிகளில் பெரும் சத்தம். ஓடிச்சென்று பார்த்தேன்.

அங்கே தலையிலிருந்து ரத்தம் சிதற கீழே கிடந்தார் பெரியவர். அதே பெரியவர். இவர் ஏன் இங்கே வந்தார் என யோசிக்கும் முன், கீழே விழுந்திருந்த அந்தப் பெண் வேகமாக தன் ஸ்கூட்டியை எடுத்துக்கொண்டு அங்கிருந்து விரைந்து சென்றாள். ஓடிச்சென்று பெரியவரைத் தூக்க முயன்றேன். அவர் வலியில் முனகிக் கொண்டிருந்தார். கீழே கிடந்த ஒரு பெரிய கல்லின் நுனியில் தலை மோதியிருந்ததால் பின்மண்டையிலிருந்து ரத்தம் வழிந்தபடியிருந்தது. அவருடைய தலையைத் தூக்கிப்பிடித்து மீண்டும் அதே கல்லின் மீது விழுமாறு விடுவித்தேன். மீண்டும் அந்தக் கூர்மையான கல்லில் விழுந்த பெரியவரின் மூச்சு அடங்கியது.

அதன் பின்னர் ஆம்புலன்ஸ் வந்து பெரியவரின் உடலை எடுத்துச் சென்றது. போலீஸ் என்னிடம் விசாரித்தது. அந்தப் பெண்ணை அடையாளம் காட்ட முடியுமா என்று கேட்டார்கள். முகத்தை மூடியிருந்ததால் சரியாகத் தெரியவில்லை என்றேன். பதற்றத்தில் எந்த வாகனத்தில் வந்தாள் என்பதும் ஞாபகமில்லை என்றேன். ‘அப்ப ஆள கண்டுபிடிக்கிறது கஷ்டமாச்சே’ என்றபடி நகர்ந்தார் ஏட்டு.

அனைவரும் கலைந்த பிறகு வீட்டிற்கு வந்து குளியலறைக்குச் சென்று தாழிட்டு ஷவரைத் திறந்துவிட்டேன். வெந்நீரில் உடல் நனைந்துகொண்டிருந்தபோது அன்று அந்தப் பெண்ணின் முகத்தைப் பார்த்ததும் அவள் சொன்னதும் ஞாபகம் வந்தது. முதியவரின் வீட்டிலிருந்த அதே பெண்தான் ஸ்கூட்டியில் வந்தது. அன்று தன் மகளை மாமனாரிடம் விட்டுவிட்டு காய்கறி வாங்கச் சென்றவள் கடை மூடியிருந்ததால் உடனே வீடு திரும்பியிருக்கிறாள். பெயர்த்தி என்றும் பாராமல் அந்த வயதான மிருகம் தன் இச்சையைத் தீர்த்துக்கொள்ள அந்தப் பிஞ்சுப் பெண்ணிடம் தவறாக நடக்கத் தொடங்கியதைப் பார்த்தவள் அவரை அடித்து வீட்டை விட்டுத் துரத்தியிருக்கிறாள். அவர் போன பின்னும் ஆத்திரம் தீராமல் தன் இருசக்கர வாகனத்தில் சென்று இடித்துத் தள்ளியதை அவள் சொல்லி முடித்தபோது இந்த வக்கிர உலகில் பிறந்ததை எண்ணி வெட்கித் தலைகுனிந்திருந்தேன்.

கால வளையத்தில் சிக்கியிருந்ததால் அவளுக்கு உதவி செய்கிறேன் என்று சத்தியம் செய்திருந்தேன். அந்தச் சத்தியத்தை இன்று நிறைவேற்றியதால் மனம் நிறைந்திருந்தது.

நாளை காலை மைதானத்திலிருந்து அவள் வீட்டிற்குத் தனியாகச் செல்ல வேண்டும் என்று நினைத்தபடியே உறங்கிப் போனேன்.

★

கதவுகள்

இன்றிலிருந்து அடுத்த ஏழு நாட்களுக்கு, மொபைல் ஃபோன் உபயோகப்படுத்துவதில்லை என முகநூலில் பதிவிட்டு #டிஜிட்டல்டிடாக்ஸிங் என்றொரு டேக்கையும் கொடுத்துவிட்டு இது தன்னால் சாத்தியமா என இரு நிமிடம் யோசித்தாள் சௌமியா. தொடர்ச்சியான அலைபேசி உபயோகத்தால் ஏற்படும் தூக்கமின்மையும் எதற்கென்றே தெரியாமல் படுக்கையில் படுத்துக்கொண்டே ஸ்க்ரோல் செய்தபடி சமூக ஊடகங்களில் உலாவுவதும் அவளுக்குள் ஒருவித அயர்ச்சியைத் தந்திருந்தது. ஸ்மார்ட் போன் வருவதற்கு முன்பான காலத்தில் தானொரு தீவிர புத்தக வாசிப்பு பழக்கமுள்ள பெண்ணாக இருந்ததும் அந்த வாசிப்பின் மூலம் வாழ்வின் மீதான புரிதலும் நேசமும் ஸ்மார்ட் போன் தன் வாழ்வில் நுழைந்ததற்குப் பின் தொலைந்துவிட்டதே என்கிற ஏக்கமும் தினம் தினம் அவளைத் தின்று தீர்த்தது. இருபத்தி நான்கு வயதிலும் குழந்தைமை மாறாத தன் துடுக்குப் பேச்சினால் தனக்குக் கிடைத்த நண்பர்கள் அனைவரும் ஸ்மார்ட் போனின் வருகைக்குப் பின்னால் அதனுள்ளே புதைந்துபோன தன் சுயத்தால் பிரிந்துவிட்டார்களோ என்றும் தோன்றியது.

அதுவும் ஒருவகையில் உண்மைதான். எப்போதும் போனும் கையுமாக இருந்ததில், முதலில் அவள் இழந்தது சொற்களை. முன்பெல்லாம் யாருக்காவது பிறந்தநாள் என்றால் போன்

செய்து வாழ்த்துவது இப்போது வாட்ஸப்பில் ஒரு ஸ்டிக்கர் அனுப்புவதுடன் நின்றுபோனது. பேச நினைத்தாலும் வார்த்தைகள் வருவதில்லை. ஒரு மெசேஜில் வாழ்த்து முடிந்துவிடுகிறது. தான் எதையெல்லாம் இழந்தோம் என்கிற பட்டியலை மனதிற்குள் போட்டுப் பார்த்தாள். 1.சொற்கள் 2.புன்னகை 3.தூக்கம் 4.சுறுசுறுப்பு என பட்டியல் நீண்டுகொண்டே போனது. இதற்கு என்ன செய்யலாம் எப்படி இந்த மொபைல் பூதத்திடமிருந்து தப்பிக்கலாம் என்று யோசித்தபோதுதான் ஒருவாரம் மொபைலுக்கு விடுப்பு கொடுக்கலாம் எனத் தோன்றியது. அவள் முகநூலில் பதிவிட்டவுடன் சில நிமிடங்களிலேயே அதற்கு ஐம்பதுக்கும் அதிகமான லைக்குகள் வந்தன. இந்த மொபைல் பூதத்திடம் சிக்காதவர்களே இல்லை போல என நினைத்துச் சிரித்தவள் லேப்டாப்பை மூடிவைத்துவிட்டு தோள்பையை எடுத்துக்கொண்டு தன் விடுதிக்குக் கிளம்பினாள்.

சௌமியா சென்னையிலொரு ஐ.டி. கம்பெனியில் வேலை பார்க்கிறாள். சொந்த ஊர் திருச்சி. சென்னைக்கு வந்து இரண்டு வருடங்கள் ஆகின்றன. வேளச்சேரியில் ஒரு பி.ஜியில் தங்கியிருப்பவள். அவளது அறைத் தோழி சரண்யாவிடம் அடுத்த ஏழு நாட்கள் மொபைல் போன் உபயோகிப்பதில்லை என்கிற தன் முடிவைச் சொன்னதும், அவளால் சிரிப்பை அடக்க முடியவில்லை. இதெல்லாம் நடக்கிற காரியமா என்றபடியே ஹெட்ஃபோனை மாட்டிக்கொண்டு இன்ஸ்டாவில் ரீல்ஸ் பார்க்கத் தொடங்கினாள்.

சௌமியாவுக்கும் இது கடினம் என்றே தோன்றியது. இன்றிலிருந்து அடுத்த நான்கு நாட்கள் விடுமுறை. மொபைலையும் ஸ்விட்ச் ஆஃப் செய்தாகிவிட்டது. என்ன செய்யலாம் என்று யோசித்தவளுக்கு எங்காவது தனியாகப் பயணிக்கலாம் எனத் தோன்றியவுடனே லேப்டாப்பைத் திறந்து புக்கிங்.காமிற்குள் நுழைந்தாள். வெகு நாட்களாகப் போக நினைத்திருந்த வயநாடு ஞாபகத்தில் வந்தவுடன் ‘வயநாடு’ என்று தேடினாள். மொத்தம் முன்னூற்றி இருபத்தியாறு தங்குமிடங்களைத் தேடுதல் முடிவாகக் காட்டியது புக்கிங்.காம். அதில் மலை கிராமமான மெப்பாடி எனும் ஊரின் அழகு வெகுவாகக் கவர்ந்தது. அங்கிருக்கும் ஒரு விடுதியில் நான்கு நாட்கள் தங்குவதற்காக பதிவு செய்து தன் கடனட்டை வழியே அதற்கான பணத்தையும் செலுத்திவிட்டு சென்னையிலிருந்து

கோவைக்குச் செல்வதற்கான விமான டிக்கெட்டையும் முன்பதிவு செய்தாள். பிறகு கோவையிலிருந்து வயநாடு செல்வதற்காக ஒரு டாக்ஸியும் புக்செய்து, அதனை பிரிண்டருக்கு அனுப்பி எல்லாவற்றிலும் ஒரு பிரதி எடுத்துவிட்டு மடிக்கணிணியை மூடி வைத்தாள்.

தனியே ஒரு பயணம். தனக்குப் பிடித்தமான மலைப்பிரதேசப் பயணம். அதுவும் மொபைல் போன் இல்லாமல் என்று நினைத்தவுடன் மனதெங்கும் பயம் கலந்த ஒருவித உணர்வு மேலெழத் தொடங்கியது. ஆனாலும் முடிவு எடுத்தாகிவிட்டது. இனி பின்வாங்கக்கூடாது என்பதில் தீர்க்கமாக இருந்தவள் பயணத்திற்குத் தேவையான அனைத்தையும் தன் தோள்பையில் அடைத்தாள். எல்லாம் எடுத்தாகிவிட்டதா எனச் சரிபார்த்துவிட்டு நிம்மதியாக உறங்கிப் போனாள்.

மறுநாள் அதிகாலை எழுந்தவுடன் விமான நிலையத்திற்குப் போவதற்கு கேப் புக் செய்யவில்லையே என மொபைலை எடுக்கப் போகும்போதுதான் இன்னும் ஒருவாரத்திற்கு போனை எடுக்க முடியாதே என்கிற எண்ணம் வந்தது. நல்ல உறக்கத்திலிருக்கும் சரண்யாவை எழுப்பி அவளது ஃபோனில் கேப் புக் செய்தாள். இரண்டாவது தளத்திலிருந்து இறங்கி கீழ்த்தளத்திற்கு வந்தவள் வரவேற்பறையில் சிறிதுநேரம் காத்திருந்தாள். அங்கிருந்து அந்தத் தெருவைப் பார்த்துக்கொண்டிருந்தாள். அதிகாலைப் பனியினூடாக ஆட்கள் வருவதும் போவதுமாக இருந்தார்கள். தெரு நாயொன்று விடுதியின் கேட்டை முகர்ந்து பார்த்துவிட்டு சிறுநீர் கழித்துச் சென்றது. பெட்ரோல் இல்லாமல் நின்றுவிட்ட பைக்கை உருட்டிக்கொண்டே செல்லும் இளைஞனின் தலைமயிர் சிவப்பும் பச்சையும் கலந்த நிறத்திலிருந்தது. என்னடா இது புள்ளீங்கோவிற்கு வந்த சோதனை என்று நினைத்தபடி மெல்லியதாய் புன்னகைத்துக்கொண்டாள். அவளை விமான நிலையம் கூட்டிச் செல்ல வந்து நின்றது வெண்ணிற இன்டிகோ கார்.

காருக்குள் ஏறியதும் மனனம் செய்திருந்த டிரிப் பின் நம்பரை ட்ரைவரிடம் சொன்னாள். விமான நிலையம் நோக்கிப் பயணிக்க ஆரம்பித்ததும் முதலில் பூமியின் ஞாபகம்தான் வந்தது. பூமிநாதன் தன் முகநூல் பதிவைப் பாத்திருப்பானா தெரியவில்லையே

என்கிற கலக்கம் ஏற்பட்டது. பூமிநாதன் அவளுடன் ஒரே டீமில் பணிபுரிபவன். அவளை விட வயதில் சிறியவன் என்பதால் அக்கா என்று அவன் முதலில் கூப்பிட்டபோது சிரிப்புதான் வந்தது. ஐ.டியில் எல்லோரையும் பெயர் சொல்லி அழைப்பதுதான் வழக்கம். அந்த கார்பரேட் உலகிற்குள் தான் முதன்முதலாக நுழைந்தபோது இருந்த வெள்ளந்தித்தனம் அவனிடமும் இருந்ததைக் கண்டவுடன் அவனைப் பிடித்துவிட்டது. அக்கா என அவன் அழைப்பதும் சொல்லுடா தம்பி என இவள் பதிலிடுவதும் உடனிருந்த மற்ற டீம் மெம்பர்களுக்கு முதலில் விசித்திரமாகவும் பின்னர் பழகியும்விட்டது. அவன் இந்நேரம் இருபது வாட்ஸப் மெசேஜாவது அனுப்பியிருப்பான். சே அவனிடம் சொல்லாமல் வந்தது தப்பு என்கிற எண்ணம் வந்த மறுகணம்... எல்லோரிடமும் எல்லாமும் சொல்ல வேண்டியதில்லையே. இது என் வாழ்வு என் முடிவுகளை நான் எடுப்பதற்கு ஏன் எல்லோரிடமும் சொல்லிக்கொண்டிருக்க வேண்டும் என்கிற எண்ணமும் கூடவே தோன்றியதால் பூமியை மறந்துவிட்டு கார் கண்ணாடி வழியே வானத்தைப் பார்த்துக்கொண்டே பயணித்தாள். கார் விமான நிலையத்தில் அவளை இறக்கிவிட்டுச் சென்றது.

விமான நிலையத்திற்குள் நுழைய முயல்கையில் காவலுக்கு நின்றவர் விமான டிக்கெட்டையும் ஐ.டியையும் காண்பிக்கச் சொன்னார். கைப்பையில் பிரிண்ட் செய்து வைத்திருந்த டிக்கெட்டையும் ஐ.டியையும் காண்பித்துவிட்டு உள்நுழைந்து போர்டிங் பாஸ் வாங்கியவள் சோதனை முடித்து கேட்டிற்கு வந்தாள். விண்ணில் பறக்கும் விமானப் பறவைகளைப் பார்த்து ரசிப்பது ஒருவகை இன்பம் எனில் வரிசையாக நிறுத்தி வைக்கப்பட்டிருக்கும் விமானங்களைப் பார்ப்பது வேறுவகை இன்பம். அந்தப் பெரும் கண்ணாடிச் சுவரின் வழியே நின்றிருக்கும் விமானத்தின் அழகை ரசித்தவள், இப்பொழுது ஃபோன் கையிலிருந்தால் என்ன செய்திருப்பேன் என்று யோசித்தாள். ஒருவகையில் ஸ்மார்ட் ஃபோனும் கண்ணுக்குத் தெரியாத கைவிலங்குதான். தன்னைத் தவிர அங்கே உட்கார்ந்திருக்கும் எவருமே கண்ணாடிச்சுவரின் வழியே உள்விழும் காலைச் சூரியனின் கதிர்களைப் பார்க்கவில்லை என்பது பெரும் துயரமாக இருந்தது. எல்லோருடைய பார்வையும் மொபைலுக்குள் மட்டும்தானிருந்தது. மொபைல் இல்லாத சிறுமியொருத்தி கையிலொரு பொம்மையை வைத்துக்கொண்டு

அதற்கு மட்டுமே புரிகின்ற மொழியில் பேசிக்கொண்டிருப்பதைக் கண்டாள். அந்தக் காட்சி அவளுக்குக் கொஞ்சம் ஆசுவாசமாக இருந்தது.

கேரளத்தின் குளிர்ந்த காற்று முகத்தில் பட்டதும் உடல் ஒரு கணம் சிலிர்த்தடங்கியது. மெப்பாடியில் அவள் முன்பதிவு செய்திருந்த விடுதி மலை முகட்டிலிருந்தது. ரோட்டிலிருந்து அந்த விடுதிக்குச் செல்லும் ஒற்றையடிப்பாதை சீரானதாக இல்லை. ஆனால் அந்தப் பாதைக்கு இருபுறமும் பச்சைப் பசேலென்றிருந்தது. உயர்ந்த மரங்களையும் கொடிகளையும் பார்த்துக்கொண்டே இருக்கலாம் போல் தோன்றிற்று.

குளிர்ந்த காற்றை சுவாசித்தபடியே அந்தப் பாதை வழியே மேலே ஏறியதும் விடுதி தென்பட்டது. அதை விடுதி என்பது தவறு. மலை முகட்டிலிருக்கும் ஒற்றை வீடு என்பதே சரி. அந்த வீட்டின் முன் நின்று அழைப்புமணியை அழுத்தினாள். ஒரு நிமிட இடைவெளிக்குப் பிறகு கதவைத் திறந்தார் வயதான பெண்மணி ஒருவர். அவருக்கு எழுபத்தைந்து வயதிற்கும் மேலிருக்கலாம். பார்ப்பதற்கு இந்தியர் போலில்லை. இவளைப் பார்த்ததும் புன்னகைத்தவர் தன் பெயர் மார்கரெட் என்றபடியே அவளை வீட்டிற்குள் கூட்டிச் சென்றார். அந்த வீட்டின் வரவேற்பறையின் சுவரில் ஏராளமான பறவைகளின் ஒளிப்படங்கள் மாட்டப்பட்டிருந்தன. தன் மகன் எடுத்த படங்கள் இவை என்றும் அவன் இப்போது தென்னாப்ரிக்காவிற்குச் சென்றிருப்பதாகவும் சொல்லிக்கொண்டே வரவேற்பறையிலிருந்த கணிப்பொறி முன்னமர்ந்து அவளது முன்பதிவை சரிபார்த்துக்கொண்டார்.

ஐம்பது வருடங்களுக்கு முன்பு தன் கணவருடன் இந்தியாவிற்கு வந்தபோது நம் கலாச்சாரமும் இயற்கை எழிலும் பிடித்துவிட்டதால் வயநாட்டிலேயே தங்கிவிட்டதாகவும் தன் கணவரின் மறைவுக்குப் பின்னர் இந்த வீட்டை தங்கும் விடுதியாக மாற்றி வாழ்ந்து வருவதாகவும் சொன்னார். சௌமியா அந்தக் கனிந்த முகத்தையும் அந்த வயதிலும் உற்சாகம் குறையாத அவரது பேச்சையும் ரசித்துக்கொண்டே அவரைப் பின்தொடர்ந்தாள். வீட்டின் கீழ்த்தளத்தின் ஓர் அறையில் தான் வசிப்பதாகச் சொன்னவர், மேல் தளத்திலிருக்கும் இரண்டு அறைகளில் ஒன்றை அவளுக்காகத் தயார் நிலையில் ஒழுங்குபடுத்தியிருப்பதாகச்

சொல்லிவிட்டு மாடிப்படியில் ஏறத் தொடங்கினார். அந்த வீட்டின் தரைகள் மரத்தாலானது என்பதால் இவர்கள் நடக்கும்போது ஏற்படும் ஒலி செளமியாவுக்கு உடனே பிடித்துப்போனது. எல்லாத் தரைகளும் ஒலியெழுப்புவதில்லை. ஒலி எழுப்பும் தரைகள் நம்முடன் ஏதோவொரு உரையாடலைத் தொடங்கிட முற்படுகின்றன. நிசப்தத்திலிருந்து சப்தத்திற்குள் நுழைந்து மீண்டும் நிசப்தத்திற்குள் மூழ்கிவிடுவதற்குள் அந்த உரையாடலை அவை தொடங்கியாக வேண்டிய பதைபதைப்புடனிருக்கின்றன. நாம் அதன் குரல்வளையில் அழுத்தமாக மிதித்து... ஆரம்பிக்கும் முன்பே அந்த உரையாடல்களை முடித்து வைத்துவிடுகிறோமே என்று நினைத்தபடியே படிகளில் ஏறி அறை நோக்கி செல்லும் மார்கரெட்டைப் பின்தொடர்ந்தாள்.

அறையின் கதவைத் திறந்துவிட்டு ஏதேனும் உதவி வேண்டுமெனில் தொலைபேசியில் எண் ஒன்றை அழுத்துமாறு சொல்லிவிட்டுச் சென்றார். அவர் சென்ற பிறகு அறைக்கதவைத் தாழிட்டுவிட்டு அங்கிருந்த மிகப்பெரிய மெத்தையின் மீது அமர்ந்தாள். அந்த மெத்தை போடப்பட்டிருந்த கட்டில் பழங்கால அரண்மனையில் ராணியின் படுக்கையறை கட்டிலைப் போலிருந்தது. அறையின் ஆழ்ந்த அமைதி அவளுக்குத் தேவையாய் இருந்தது. குளிப்பதற்காக குளியலறைக்குள் நுழைந்தவள் அதன் விசாலத்தையும் சுத்தத்தையும் கண்டு மெய்மறந்து நின்றாள். குளியலறையின் தரையில் விரிக்கப்பட்டிருந்த கண்ணாடித்தாள் போன்ற விரிப்பில் பாதம் பட்டதும் ஏதோவொரு மலரின் மீது மிதித்தவிட்ட உணர்வைத் தந்தது. அப்படியொரு மிருதுவான தரைவிரிப்பை இதற்கு முன் அவள் கண்டதேயில்லை. அந்த விரிப்பைக் கடந்து சென்று ரெயின் ஷவரின் மிதமான சுடுநீரில் குளித்தபோது உடலெங்கும் படர்ந்திருந்த பயணச் சோர்வு கொஞ்சம் கொஞ்சமாக உதிரத் தொடங்கியதை உணர்ந்தாள்.

குளித்து முடித்து உடைமாற்றிக்கொண்டு அறையை விட்டு வெளியே வந்தவளுக்குப் பசியெடுத்தது. அவளுக்கான அறையைப் பூட்டிவிட்டு கீழ்த்தளத்திற்கு வர யத்தனிக்கையில் அதே தளத்திலிருக்கும் மற்றோர் அறை பூட்டியிருப்பதைக் கவனித்தாள்.

மாடிப்படியில் இறங்கி கீழ்த்தளத்திலிருக்கும் சமையலறைக்குச் சென்று தான் வாங்கி வந்திருந்த ரொட்டியை அங்கிருந்த

ப்ரட் டோஸ்டரில் டோஸ்ட் செய்து ஜாமும் சீஸூம் வைத்து சாப்பிட்டாள். அந்த வீட்டின் சமையலறை, அங்கு வந்து தங்குபவர்களும் உபயோகப்படுத்தும்படி இருந்தது. ஃப்ரிட்ஜில் ஆப்பிள் ஜூஸ் இருப்பதாக மார்கரெட் சொன்னதால் அதனைக் கொஞ்சம் கண்ணாடித் தம்ளரில் ஊற்றிக் குடித்தாள்.

அந்த மாலைப் பொழுதின் மலையழகைக் காண்பதற்காக அங்கிருந்து கிளம்பி ஒற்றையடிப்பாதை வழியே மெயின் ரோட்டிற்கு வந்தவள் அந்த மலைச்சாலையில் நடக்கத் தொடங்கினாள். அவ்வப்போது வாகனங்கள் அவளைக் கடந்து சென்றாலும் அதிகமான போக்குவரத்து இல்லாமல் அந்த இடம் ரம்மியமாக காட்சியளித்தது. சற்று தொலைவில் ஒரு மரத்தில் கிளிகள் இரண்டைப் பார்த்தவுடன் அதைப் படம் எடுப்பதற்காக தன் ஜீன்ஸ் பாக்கெட்டில் கைவிட்டு மொபைலைத் தேடியவள், சென்னையிலேயே மொபைலை விட்டு வந்தது ஞாபகத்திற்கு வந்தவுடன் அந்தக் கிளிகளை கண்களால் படமெடுத்துவிட்டு நடையைத் தொடர்ந்தாள். காணும் இடமெல்லாம் பச்சையாய் இருந்தது மனதிற்கு இதமாக இருந்தது.

இன்னும் சற்று நேரத்தில் இருட்டிவிடும் என்பதால் மீண்டும் வந்த வழியே நடந்தபோது குளிர்க்காற்று வீசத் தொடங்கியிருந்தது. வேகமாக நடந்து ஒற்றையடிப்பாதை வழியே மேலேறி வீட்டிற்கு திரும்பினாள். வரவேற்பறையிலிருந்த மார்கரெட் நாளை காலை வெளியூருக்குச் செல்வதாகவும் மூன்று நாட்கள் கழித்துதான் வருவதாகவும் சொன்னார். தான் மட்டுமே தனியாக இந்த வீட்டில் இருக்கப் போகிறோம் என நினைத்தவுடன் அவள் முகத்தில் பயம் அப்பிக்கொண்டது. அதைக் கவனித்தவர் அவளருகே வந்து ‘பயப்பட வேண்டாம் ஏதேனும் உதவி தேவைப்பட்டால் இந்த எண்ணுக்கு அழைத்துப் பேசு என் சகோதரரின் எண் இது. அவர் இங்கிருந்து மூன்று கிலோமீட்டர் தொலைவில்தான் இருக்கிறார்’ என்றபடி ஒரு தொலைபேசி எண்ணை அவளிடம் கொடுத்தார். மேலும், அவள் செக்கவுட் செய்யும் நாளுக்குள் தான் திரும்பிவிடுவதாகவும் சொல்லிவிட்டு தன் அறைக்குள் போய்விட்டார். கீழ்தளத்திலிருந்து மேல்தளம் வந்து தன்னுடைய அறையைத் திறந்தவள் களைப்பின் மிகுதியால் உடனே உறங்கி விட்டாள்.

அதிகாலையே விழிப்புத் தட்டிவிட்டதால் எழுந்து நெட்டி

முறித்தவள் அந்த அறையின் ஜன்னல் வழியே வெளியே பார்த்தாள். தொலைதூரத்திலிருக்கும் மலைகளின் பின்னாலிருந்து சூரியன் மெல்ல எழுந்துகொண்டிருந்தான். அந்த உதயத்தின் காட்சியில் லயித்தவள் தொலைவில் வீடுகள் எதுவும் தென்படுகின்றனவா எனவும் பார்த்தாள். கண்ணுக்கு எட்டியவரை மரங்கள் மட்டுமே தென்பட்டன. எந்தவொரு வீடும் இல்லை. தூரத்தில் ஒரேயொரு தேவாலயத்தின் கோபுரம் மட்டும் தென்பட்டது. தினமும் காலையில் எழுந்தவுடன் அம்மாவுக்குத்தான் முதலில் ஃபோன் செய்வாள். ஏழு நாட்கள் ஃபோனைத் தொடப்போவதில்லை என்பதை அம்மாவிடம்தான் முதலில் சொன்னாள். அப்புறம் எப்படிமா என்கிட்ட பேசுவ என்று அம்மா கேட்டதும் உடனே அவளால் பதில் சொல்ல முடியவில்லை. கொஞ்சம் தனிமையிலிருந்துவிட்டு வந்தால்தான் தன்னால் மீண்டும் சுறுசுறுப்பாக வேலை செய்யமுடியும் என்று அம்மாவுக்குப் புரியவைத்தாள்.

மணி ஏழு. பல் துலக்கிவிட்டுக் கீழிறங்கி சமையலறைக்குச் சென்றவள் தேநீர் தயாரித்து ஒரு கோப்பையில் ஊற்றிக்கொண்டு ஆப்பிள் ஒன்றையும் எடுத்துக்கொண்டு தன் அறைக்குத் திரும்பினாள். இன்று கந்தன்பாரா அருவிக்குப் போக வேண்டும் என்கிற உற்சாகத்தில் ஜன்னல் வழியே தூரவானை ரசித்தபடி தேநீரைப் பருகினாள். அந்தத் தேநீர்ச்சுவை தொண்டைக்குள் இறங்குவதும் ஜன்னல் வழியே நுழைந்த ஜில்லென்ற காற்று அவளது கூந்தலைத் தழுவி செல்வதும் ஒரே கணத்தில் நிகழ்ந்தன. சற்று நேரத்தில் மிதமான வெயிலடிக்கத் தொடங்கியதால் ஆப்பிளைக் கடித்துக்கொண்டே குளிப்பதற்காக ஹீட்டர் ஸ்விட்சை போடுவதற்குக் குளியலறைக்கு வெளியே தேடியபோது, அங்கே ஸ்விட்ச் எதுவும் இல்லாததால் குளியலறைக்குள் நுழைந்து ஹீட்டர் ஸ்விட்சைத் தேடினாள். அது கதவின் பின்னாலிருந்தது. கதவுக்குப் பின்னால் செல்வதற்காக கதவை சாத்திவிட்டு ஹீட்டர் ஸ்விட்சை போட்டுவிட்டு குளியலறைக் கதவைத் திறக்க முயன்றபோது அது திறக்கவில்லை. வாயில் கவ்வியிருந்த ஆப்பிளை எடுத்து வாஷ் பேசின் அருகே வைத்துவிட்டு கதவை இழுத்துப் பார்த்தாள். கதவு அசையவில்லை. அது பல வருடங்கள் பழமையான மரக்கதவு. சின்னச் சின்ன சிற்ப வேலைப்பாடுகள் நிறைந்த கதவு. நேற்று அறைக்குள் வந்தபோதே ஈர்த்தது. அந்த முதிய பெண்மணி

வீட்டைக் காண்பிக்கும்போதே அதைக் கட்டியபோது தானும் தன் கணவரும் எவ்வளவு ப்ரியத்துடனும் அக்கறையுடனும் கட்டினோம் என்பதைச் சொல்லிக்கொண்டே இருந்தது இவளுக்கு இப்போது ஞாபகம் வந்தது.

எவ்வளவு முயன்றும் மூடிய கதவைத் திறக்க முடியவில்லை. சௌமியாவுக்கு வியர்க்க ஆரம்பித்தது. நெஞ்சு பலமாக அடித்துக்கொண்டது. திறக்காத கதவின் மீது கோபம் வந்து அதை ஓங்கி எத்தினாள். கால் பெருவிரல் வலித்தது. தன் முழு பலத்தையும் திரட்டி கதவைப் பிடித்திழுத்தாள். காரணமே சொல்லாமல் வாழ்விலிருந்து நம்மை நீக்கிவிட்டு ஏதேனுமோர் இடத்தில் பார்க்க நேர்கையில் எவ்வித சலனமுமின்றி நம்மைக் கடந்து செல்லும் சிலரைப் போல அந்தக் கதவும் எவ்வித சலனமுமின்றி மௌனித்திருந்தது. கதவிடுக்கின் வழியே ஏதேனும் கம்பியோ அல்லது சிறுகுச்சியோ விட்டு, கதவின் முன்பக்க தாழ்ப்பாளை நீக்கிவிட முடியுமா என யோசித்தாள். அதற்கு கதவிடுக்கும் கம்பியும் தேவை. இரண்டுமே இல்லை என்பதால் சோர்ந்தவளுக்கு அழுகை முட்டிக்கொண்டு வந்தது. பயத்தின் கரங்கள் ஒரு சர்ப்பமென ஊர்ந்து ஊர்ந்து அவளது கழுத்தைச் சுற்றிக்கொண்டு மூச்சைத் திணறச் செய்தது.

குளியலறையில் ஒரு சிறிய ஜன்னலிருந்தது. ஆனால் அது ஏழடிக்கும் மேலிருந்ததால் இவளால் அந்த ஜன்னலை எட்ட முடியவில்லை. அங்கிருந்த ப்ளாஸ்டிக் வாளியொன்றைக் கவிழ்த்து கவனமாக அதன்மீது ஏறி ஜன்னலைத் தொட முயன்றாள். ஜன்னலின் விளிம்பைத்தான் தொட முடிந்தது. ஏமாற்றத்துடன் கீழே இறங்கியவள் ஜன்னலை நோக்கி ஹெல்ப் மீ ஹெல்ப் மீ என கத்தத் தொடங்கினாள். பத்து இருபது முறை கத்தியவுடன் தொண்டை வறண்டுவிட்டது போலிருந்தது. எச்சிலை விழுங்கிக்கொண்டு மீண்டும் சிலமுறை கத்தினாள். கண்களிலிருந்து கண்ணீரும் உடம்பிலிருந்து வியர்வையும் அவளை நனைத்தபடியே இருந்தன.

குளியலறையிலிருந்த முகம் பார்க்கும் கண்ணாடியில் தன்னையே பார்த்துக்கொண்டு நின்றவள் கைகள் ஏந்தி கொஞ்சம் நீரைப் பிடித்து தன் முகத்தில் வீசினாள். அவளது முகத்தில் பட்டுத் தெறித்த நீர் கண்ணாடியையும் நனைத்துக் கோடுகளாய் கீழிறங்கியது. முகத்தில் நீர் பட்டவுடன் மனதுக்குள் லேசாய்

தைரியம் வந்தது. சிறுவயது முதலே விடுதி வாழ்க்கைக்குப் பழக்கப்பட்டதால் நிறைய கேலிகளையும் கிண்டல்களையும் கடந்து சுயம்பாக வாழ்வில் முன்னேறியிருந்தாள். நல்லதொரு வேலையும் கிடைத்த பிறகுதான் யாரிடமும் எதற்காகவும் உதவி பெறாமல் தனக்கான தேவைகளை தானே கவனித்துக்கொள்ளும் தைரியமும் அவளுக்குள் தோன்றியிருந்தன. எந்தவொரு சிக்கலான விஷயத்திற்கும் கட்டாயம் ஒரு தீர்வு இருக்கும் என்பதை முழுமையாக நம்புகிறவள் என்பதால் இந்த அறைக்குள்ளிருந்து தப்பிப்பதற்கும் ஒரு வழி இருக்கத்தான் செய்யும் என நம்பத் தொடங்கினாள்.

காலம் கருணையற்றது. அது யாருக்காகவும் எதற்காகவும் நிற்பதில்லை. நேரம் ஓடிக்கொண்டிருந்தது. தன் கடிகாரமும் படுக்கையறையில்தான் இருந்தது என்பதால் இப்போது மணி எத்தனை இருக்கும் என்பதை அவளால் உணரமுடியவில்லை. பசிக்க ஆரம்பித்தது. குளியலறைக்குள் அவள் கடித்துவிட்டு வைத்த ஆப்பிள் மட்டும் இருந்தது. வேறு ஏதேனும் உண்பதற்கு இருக்கிறதா என்று தேடினாள். வெறெந்த உணவும் அங்கில்லை. ஆப்பிளை எடுத்து ஒரு கடி கடித்து நன்றாக அதை மென்று தின்னத் தொடங்கினாள். அதன் சாறு தொண்டைக்குள் இறங்கும்போது அமிர்தமென இனித்தது. மிச்சமிருக்கும் ஆப்பிளை ஒரு டிஷ்யூ பேப்பரில் சுற்றி பத்திரப்படுத்திக் கொண்டாள். தாகமெடுத்தது. வேறு வழியில்லை குழாய் நீரைத்தான் குடித்தாக வேண்டும். அது சென்னையில் அவள் வசித்த விடுதியின் குழாய் நீரைப் போல உப்புநீராக இருந்தால் என்ன செய்வது என்கிற கலக்கத்துடனே கொஞ்சமாய் நீரைப் பிடித்து குடித்துப் பார்த்தாள். அது உப்புமில்லாமல் இனிக்கவும் செய்யாமல் ருசியற்றிருந்தது. நீரைக் குடித்தவுடன் அப்படியே சுவரில் சாய்ந்து உட்கார்ந்துவிட்டாள்.

நீண்டதொரு அமைதியால் சூழப்பட்டிருந்தது அந்த அறை. முழங்காலைக் கட்டிக்கொண்டு அதன்மேல் தலை கவிழ்ந்து உட்கார்ந்திருந்தாள் சௌமியா. கடவுளே என்னைக் காப்பாற்று எப்படியாவது இந்த நரகத்திலிருந்து என்னை வெளியே எடுத்துவிடு என அவள் உதடுகள் முணுமுணுக்கத் தொடங்கியிருந்தன. கொஞ்சநேரத்தில் மீண்டும் தைரியம் வந்தது. எழுந்து கதவை பலம்கொண்டு இழுக்க ஆரம்பித்தாள். வைராக்கியத்துடன் அசைவின்றி நின்றிருந்தது கதவு. ஜன்னல் வழியே நுழைந்த

வெயில் கதவில் படர்ந்தபோது நானும் உன்னுடன் சேர்ந்து கதவைத் திறக்க முயல்கிறேன் என வெயில் தன்னிடம் சொல்வது போலிருந்தது. கொஞ்சநேர முயற்சிக்குப் பிறகு சோர்வுற்றவள் அங்கிருந்த தரைவிரிப்பில் படுத்துக்கொண்டாள்.

களைப்பில் கண்ணயர்ந்தவளை கீச் கீச் எனும் ஒலி தட்டி எழுப்பிற்று. மெதுவாக கண்களைத் திறந்ததும் தான் எங்கிருக்கிறோம் என்பது நினைவுக்கு வந்து எழுந்தவள் கீச்சொலி வந்த ஜன்னலைப் பார்த்தாள். அங்கே அணிலொன்று அறைக்குள் எட்டிப் பார்த்தபடி வாலுயர்த்திக் கத்திக்கொண்டிருந்தது. அவளுக்கு அது மிகுந்த மகிழ்ச்சியைத் தந்தது. தனிமையின் வலியை அவள் நன்குணர்ந்தவள் என்பதால் தன் தனிமையைப் பகிர்ந்துகொள்ள கடவுள் அனுப்பிய மற்றோர் உயிர்தான் இந்த அணிலென நிம்மதிப் பெருமூச்சு விட்டாள். வெயில் இறங்கத் தொடங்கியிருந்தது. இப்பொழுது மணி மாலை ஐந்தைத் தாண்டியிருக்கும் என்று யூகித்தவளுக்கு இருட்டிய பிறகு எந்த வெளிச்சமுமின்றி இந்தக் குளியலறைக்குள் எப்படி இருக்கப் போகிறோம் என்கிற பயமும் தொற்றிக்கொண்டது. ஹீட்டரின் ஸ்விட்சை குளியலறைக்குள் வைத்துவிட்டு குளியலறையின் லைட்டிற்கான ஸ்விட்சை அறைக்கு வெளியே வைத்த விடுதியின் உரிமையாளரை சபித்தாள்.

குளிர் கொஞ்சம் கொஞ்சமாய் அதிகரிக்கத் தொடங்கியவுடன் குளிப்பதற்கென மடித்து வைக்கப்பட்டிருந்த இரண்டு துவாலைகளை எடுத்து உடலோடு சுற்றிக்கொண்டாள். அந்தப் பூந்துவாலைகள் அவளுக்காக குளிருடன் போராடத் தொடங்கின. மிச்சமிருந்த ஆப்பிளை இரண்டு கடி கடித்துத் தின்றுவிட்டு வெகுநேரம் சுவரில் சாய்ந்து கால் நீட்டியபடியே அமர்ந்திருந்தாள். ஏதேதோ எண்ணங்கள் அவளைச் சூழ ஆரம்பித்தபோது களைப்பின் மிகுதியால் உட்கார்ந்தபடியே உறங்கிவிட்டிருந்தாள்.

கண் விழித்தபோது விடிந்திருந்தது. தான் எப்போது உறங்கினோம் என்பதும் எப்போது தரை விரிப்பில் படுத்தோம் என்பதும் அவளுக்கு நினைவில் இல்லை. வெளியே மழை பெய்யும் சத்தம் கேட்டது. மழை என்றால் குழந்தையாகவே மாறிவிடுபவள் இப்போது எவ்வித மகிழ்வுமின்றி அமர்ந்திருந்தாள். இன்றும் வெளியேறமுடியாமல் போனால் என்ன நடக்கும்? யாராவது வந்து தன்னைக் காப்பாற்றிவிட மாட்டார்களா? என்ன தவறு

செய்தேன்? ஏனிந்த சிறைத்தண்டனை? நான் இறந்துவிடுவேனா? ஒருவேளை நான் இறந்துவிட்டால் யார் அம்மாவிடம் என் இறப்பைச் சொல்வார்கள்? அம்மாவால் எப்படி என் இறப்பைத் தாங்கிக்கொள்ள முடியும்? அவளுக்குள் கேள்விகள் ஒவ்வொன்றாய் முளைக்கத் தொடங்கின. ஏதாவது செய்ய வேண்டும். எப்படியாவது தப்பித்தாக வேண்டும். உயிர் வாழவேண்டும். இன்னும் இரண்டு நாட்களில் மார்கரெட் வந்துவிட்டால் என்னைக் காப்பாற்றிவிடுவார். அதுவரை போராட வேண்டும் என்று நினைத்துக் கொண்டவள்... எழுந்து பல்துலக்கினாள். கண்ணாடியில் தெரிகின்ற தன் பிம்பத்துடன் பேசியபடியே பல்துலக்கி முடித்து முகம் கழுவியவுடன் மனது தெளிவானது போலிருந்தது.

நேற்று குளிக்கவில்லை என்பதால் உடை களைந்து ரெயின் ஷவர் இருக்குமிடத்தின் அடியில் சென்று நின்றாள். தன் சென்னை விடுதியிலிருக்கும் ஷவருக்கும் இந்த ரெயின் ஷவருக்கும் இடையேயான வித்தியாசம் இது மிகப் பெரியதாக சதுர வடிவிலிருந்தது. அதிலிருந்து குதிக்கும் வெதுவெதுப்பான நீர்த்துளிகள் மழையில் நனைவதைப் போன்ற உணர்வைக் கொடுத்தது. கண்கள் மூடி நின்றவளின் உச்சி தொட்டு... மார்பில் இறங்கி உடலெங்கும் ஒரு நதியென ஓடி காலடியில் வீழ்ந்து மரணித்தன நீர்த்துளிகள். அவளது மூளை வேகமாக சிந்திக்கத் தொடங்கியது. குளித்தவுடன் பசியெடுக்கும். பசித்தால் உண்பதற்கு என்ன செய்வது? யோசித்தபடியே குளித்து முடித்து துவாலையால் தலை துவட்டி உடலைத் துடைத்து உடைக்குள் நுழைந்துகொண்டாள்.

அந்தக் குளியலறையின் மூலையில் ஒரு தொட்டிச்செடி இருந்தது. அதன் இலைகள் அரச மரத்தின் இலைகள் போலிருந்தன. முதலில் அதுவொரு செயற்கைச் செடியோ என நினைத்தவள் அருகில் சென்று அதன் இலையைக் கிள்ளியபோதுதான் அதுவும் தன்னைப் போலோர் உயிர் என்பதை உறுதிப்படுத்திக் கொண்டாள். செடியிலிருந்து ஓர் இலையை மட்டும் பிய்த்தெடுத்து முகர்ந்து பார்த்தாள். அது எவ்வித வாசமும் இல்லாமல் இருந்ததால் அந்த இலையை உள்ளங்கையில் வைத்துக் கசக்கி மீண்டும் முகர்ந்து பார்த்தாள். இப்போது அதிலிருந்து ஒருவகை வாசம் எழுந்து

வருவது போல் தோன்றிற்று. இப்படியொரு வாசனையை இதற்கு முன்பு அவள் உணர்ந்ததேயில்லை. பசி அதிகமானது.

இலையைக் கடித்து தின்னலாம் எனத் தோன்றியதால் கொஞ்சமாய் பிய்த்து வாயில் போட்டு மென்றவள் அதன் கசப்புச்சுவை தாங்கமுடியாமல் துப்பிவிட்டு வாயைக் கொப்பளித்தாள். அப்படியிருந்தும் அந்தக் கசப்பு நாவில் மிச்சமிருந்தது. அந்தக் கசப்புடனே கதவருகே சென்றவள் தன் வலிமையை ஒன்று திரட்டி கதவை இழுக்க ஆரம்பித்தாள். வருடங்கள் பலவற்றைக் கடந்திருந்த அந்த இறுக்கமான கதவு சிறிதும் அசைந்து கொடுக்கவில்லை. விரக்தியில் ஓங்கிக் கதவில் பலமுறை குத்தியவள் சோர்வுற்று அப்படியே கீழே உட்கார்ந்தாள். கை வலித்தது.

இந்தத் திறக்காத கதவும் என் மனதும் ஒன்றுதானே? திடீரென்று அவளுக்கு வெண்மதியின் ஞாபகம் வந்தது. தன் அலுவலகத்தில் பக்கத்து டீமில் வேலை பார்ப்பவள். ஒருநாள் அலுவலகம் முடிந்து வெளியே வரும்போது தயக்கத்துடன் தன்னை அறிமுகப்படுத்திக்கொண்டு இவள் மீதான காதலை அழகான இருவரிகளால் வெளிப்படுத்தியவள். அப்போது அதிர்ந்தவள் எதுவும் பேசாமல் அங்கிருந்து தன் விடுதிக்குப் போனதும் அவளையும் அவள் தன் காதலைச் சொன்ன விதத்தையும் வெகுநேரம் மனதால் அசைபோட்டபடியிருந்தாள். ஒரு பெண் மற்றொரு பெண்ணை நேசிக்கிறேன் என்கிறாளே இதை எப்படி எடுத்துக்கொள்வது? நாம் நண்பர்களாக இருப்போம் எனச் சொல்லியிருந்தால் ஆச்சர்யப்பட்டிருக்க வேண்டியதில்லை ஆனால் வெண்மதி தன்னை ஏன் காதலிப்பதாகச் சொல்ல வேண்டும்?

பெண் என்றாலே மோசமானவர்கள் எனும் எண்ணம் அழுந்த பதிந்திருந்ததால் வெண்மதிக்கு உடனே எந்தப் பதிலும் அவளால் சொல்லிவிட முடியவில்லை. தன் அம்மாவை நினைத்தாலே குமட்டிக்கொண்டு வரும். அம்மாவின் வாயிலிருந்து நல்ல வார்த்தைகள் வந்ததேயில்லை. எதற்கெடுத்தாலும் கோபம். எல்லாவற்றிலும் அப்பாவைக் குறைசொல்லிக்கொண்டே இருப்பவர் என்பதால் சிறுவயது முதலே பெண்களே இப்படித்தானிருப்பார்கள் என்கிற எண்ணம் மனதில் ஆழமாகப் பதிந்துவிட்டிருந்தது. பூமிநாதன்... அக்கா என்றபோதுகூட அவனொரு ஆண் என்பதால்தான் அவனைச் சகோதரனாக

ஏற்றுக்கொள்ள முடிந்தது. ஆனால் வெண்மதியைப் பற்றி இவளுக்கு அதிகமாய் எதுவும் தெரியாது என்பதும் அவள் மீது எந்தவொரு ஈர்ப்பையும் தரவில்லை.

தினமும் அலுவலகம் முடிந்து வெளியே வரும்போதெல்லாம் வெண்மதி இவளது பதிலுக்காகக் காத்திருப்பதைப் பார்த்தும் பார்க்காதது போல் கடந்து சென்றுவிடுவாள். பத்து நாட்கள் கழித்து இவளது எண்ணுக்குப் புதியதோர் எண்ணிலிருந்து அழைப்பு வந்தபோது யாராக இருக்கும் எனும் குழப்பத்தில் ஃபோனை எடுத்தவளுக்கு வெண்மதியின் வித்தியாசமான குரல் பிடித்துப்போனது. அந்தக் குரலில் ஏதோவொரு வசீகரம் இருப்பதாகத் தோன்றியது. அவள் தன் பெயரை உச்சரிக்கும்போது ஏற்படும் ஒலி ஒருவித இனம்புரியாத கிறக்கத்தை இவளுக்குள் விதைத்தது.

மிகுந்த நிதானத்துடனும் அமைதியுடனும் அவள் பேசிய சொற்கள் அனைத்தும் இவளுக்குள் ஏதோவொன்றை உடையச் செய்தது. ஆனாலும் ம் என்று மட்டும் பதிலுரைத்து அந்த அழைப்பைத் துண்டித்தாள். தன் வாழ்வுக்குள் நுழைய விரும்பும் ஓர் உறவை அவ்வளவு எளிதில் அனுமதிப்பதில் அவளுக்கு விருப்பமில்லை. திறக்காத இந்தக் கதவைப் போல தன் மனதைப் பூட்டியே வைத்திருந்தாள். வெண்மதியும் இவளது மனக்கதவைத் திறந்துவிடும் நம்பிக்கையில் காத்திருந்தாள். அவளுடைய காதலை ஏற்றுக்கொண்டிருக்க வேண்டுமோ எனத் தோன்றியது. ஒருவேளை இந்தச் சிறைக்குள் தன் வாழ்வு முடிந்து போனால் வெண்மதி என்ன செய்வாள்? இரண்டு நாட்கள் அழுதுவிட்டு மீண்டுவிடுவாளோ? இல்லை அவளது கண்களில் தான் பார்த்தது நிஜமானதொரு நேசத்தை. அவளால் தாங்கிக்கொள்ளவே முடியாது. எனக்கும் அவளைப் பிடிக்கத் தொடங்கியது என்பது கூடத் தெரியாமல் முடிவுற வேண்டுமா என்மீதான அவள் நேசம்?

யோசித்துக்கொண்டே இருந்தவள் பசி அடங்குவதற்காக தண்ணீர் குடித்தாள். ஜன்னலின் வழியே கொஞ்சமாய் வெளிச்சம் கசிந்து கொண்டிருந்தது. நேற்று அடித்த வெயில் இன்றில்லை. மழை ஓய்ந்த பின்னாலும் வெளிச்சம் குறைவாகவே இருந்தது. அணிலையும் இன்று காணவில்லை. தான் மிகுந்த தனிமையில் இருக்கிறோம் எனத் தோன்றியதும் அழுகை முட்டிக்கொண்டு வந்தது.

பொழுது சாயும் நேரத்தில் அவ்வீட்டின் கதவு திறந்து உள்நுழைந்தார் மார்கரெட். மூன்று நாட்களில் வருவதாகச் சொல்லிச் சென்றவர் இரண்டாம் நாளில் திரும்பியிருந்தார். நேராக சமையலறைக்குப் போனவர் சரியாக மூடப்படாத ஃப்ரிட்ஜைக் கண்டதும் கோபமுற்று சௌமியாவின் அறையிலிருக்கும் தொலைபேசியைத் தொடர்பு கொண்டார். பதிலில்லை என்பதால் மேல்தளத்திற்கு வந்து சௌமியாவின் அறைக் கதவைத் தட்டினார். கதவு உட்புறமாகத் தாழிடப்பட்டிருந்ததும் வெகுநேரம் தட்டியும் அவள் கதவைத் திறக்காததால் ஏதோ தோன்ற தன்னிடமிருந்த மாற்றுச் சாவியின் மூலம் கதவைத் திறந்துகொண்டு உள்ளே நுழைந்தார். இருட்டாக இருந்த அறையில் சௌமியாவைக் காணாததால் குளியலறைக்குள் இருக்கிறாளா என்பதை அறிந்துகொள்ள குளியலறைக் கதவைத் தட்டிக்கொண்டே குரல் கொடுத்தார்.

உள்ளே உறக்க நிலையிலிருந்தவள் மார்கரெட்டின் குரல் கேட்டதும் திடுக்கிட்டு எழுந்து கதவருகே சென்று வெளியே வரமுடியாமல் தவிப்பதைச் சொன்னாள். மார்க்கரெட் அவளைச் சமாதானப்படுத்திவிட்டு கதவைத் திறக்க முயன்றார். அதன் தாழ்ப்பாள் உட்புறமாக உடைந்து கதவு அசைக்கமுடியாதபடி இருந்தது புரிந்துவிட்டது. உடனே கீழ்த்தளம் வந்து சகோதரருக்கு ஃபோன் செய்தார்.

அரைமணி நேரத்தில் அங்கு வந்த சகோதரரின் உதவியுடன் கதவை உடைத்துத் திறந்தார் அந்த முதிய பெண்மணி. கதவு திறந்தவுடன் கண்களில் நீர் வழிய ஓடிச்சென்று மார்கரெட்டை கட்டிக்கொண்டு வெகுநேரம் நின்றிருந்தாள் சௌமியா.

அவளுக்குள் இறுக்கமாக மூடியிருந்த மற்றோர் கதவும் அன்றுதான் திறந்துகொண்டது.

★

கழுமரம்

போலோ ஸ்போர்ட் பெர்ஃபியூமைத் தேடிக்கொண்டிருந்தான் விக்ரம். அவனது அப்பார்ட்மெண்ட் இருக்கும் பதினெட்டாவது தளத்தில் ஆழ்ந்த அமைதி நிலவியது. அவனது படுக்கையின் அருகே இருக்கும் மேசையில்தான் எப்போதும் அந்த நீல நிற பெர்ஃபியூம் இருக்கும். மணி இரவு பத்து. பதினொரு மணிக்கு நுங்கம்பாக்கத்தில் இருக்க வேண்டும் என்பதை நினைத்தவுடன் படபடப்புடன் பெர்ஃபியூமைத் தேடினான். மேசையின் பின்புற இடுக்கில் விழுந்து கிடந்த பாட்டிலை எடுத்து இட வல மார்போரம் ஸ்ப்ரே செய்துவிட்டு, கார் சாவியை எடுத்துக்கொண்டு பார்க்கிங் நோக்கிச் சென்றான். அவனது சிவப்பு நிற பி.எம்.டபிள்யூ காரில் ஏறியவுடன் ஃபோனை எடுத்து முகவரியைச் சரிபார்த்துக்கொண்டு வண்டியைக் கிளப்பினான்.

சென்னையின் இரவுச் சாலையில் பயணிப்பது அவனுக்கு மிகவும் பிடிக்கும். காரை நுங்கம்பாக்கத்திலுள்ள அந்த முகவரியின் முன்னிருக்கும் மரத்தடியில் நிறுத்திவிட்டு ஃபோனை எடுத்து அஞ்சனாவிற்கு டயல் செய்தான். மறுமுனையில் உள்ளே வரலாம் என்றவுடன்... இறங்கிச் சென்று அந்த வீட்டின் கேட்டைத் திறந்து வைத்துவிட்டு மீண்டும் காரில் ஏறி வீட்டின் முன்பகுதியில் காரை நிறுத்தினான். திறந்திருந்த கேட்டை மூடிவிட்டு வீட்டு வாசற்படியில் ஏறும்போது வீட்டின் கதவு திறந்தது.

அஞ்சனா நின்றிருந்தாள். அவளைக் கண்டதும் விக்ரமிற்கு பெரும் அதிர்ச்சியாகிவிட்டது. உள்ளே அழைத்து சோஃபாவில் உட்காரச் சொன்னாள். இரு... பத்து நிமிடத்தில் வருகிறேன் என்றவள் மாடிப்படியில் ஏறி முதல் தளத்திற்குச் சென்றாள். விக்ரம் அந்த விசாலமான வரவேற்பறையைக் கவனிக்கத் தொடங்கினான். சுவரில் அஞ்சனாவின் ஆளுயர ஒளிப்படம் தொங்கிக்கொண்டிருந்தது. அதில் அவள் புன்னகையுடன் நின்றிருந்தாள். அவள் கட்டியிருந்த பச்சை நிறப்புடவையும் முன்புறமாய்க் கிடந்த நீள் கூந்தலும் அவளது அழகை மேலும் அதிகமாக்கிக் காட்டுவதாக அவனுக்குத் தோன்றியது. ஃபோனை எடுத்து வாட்ஸாப்பில் குமாருக்கு ஒரு நடுவிரல் எமோஜியை அனுப்பினான். பதிலுக்கு கண்ணடிக்கும் எமோஜியை அனுப்பிவிட்டு என்ஜாய் என்று அனுப்பியிருந்தான் குமார். அஞ்சனா இன்னும் வரவில்லை. பத்து நிமிடத்தில் வருகிறேன் என்றவள் முப்பது நிமிடங்கள் கடந்த பின்னும் வரவில்லை என்பதால் விக்ரமுக்குக் கோபம் வந்தது. ஆனாலும் பொறுத்துக்கொண்டான். ஃபோனில் ரீல்ஸ் பார்த்தபடி அமர்ந்திருந்தவனை அஞ்சனாவின் குரல் உசுப்பியது.

“ஐம் ரெடி... கம் டு அப்ஸ்டேர்ஸ்...”

முதல் தளத்திலிருந்து அவளது குரல் கேட்ட திசையைத் தலையுயர்த்திப் பார்த்தான். அங்கே இரவு உடையில் நின்றிருந்தாள் அஞ்சனா. அந்தப் புகைப்படத்திலிருப்பது போலவே கூந்தலை முன்பக்கமாக வழியவிட்டிருந்தாள். விக்ரம் சோஃபாவிலிருந்து எழுந்து மாடிப்படிகளில் ஏறி அவளருகே போனான்.

“சாக்ஸ் கழட்ட மாட்டியா... லீவ் யுவர் சாக்ஸ் நியர் த ஷூ ரேக்...”

வீட்டின் முன்வாசலை நோக்கி விரல்களை நீட்டினாள். அவனுக்கு எரிச்சலாக வந்தது. சாக்ஸைக் கழற்றி இங்கிருந்தே எறிந்துவிடலாமா என்றுகூட யோசித்தான். அவள் கைகளை மார்புகள் மறையும்படி கட்டிக்கொண்டு அவனைக் கூர்ந்து பார்த்தபடி நின்றிருந்தாள். படிக்கட்டில் இறங்கி வீட்டின் முன்வாசற்கதவருகே இருக்கும் ஷூ ரேக்கின் அருகே சாக்ஸைக் கழற்றி வைத்துவிட்டு மீண்டும் மாடிப்படிகளில் ஏறினான்.

“வாஷ் யுவர் ஹேண்ட்ஸ் தேர்.”

மாடியிலிருக்கும் அறைக்குப் பக்கத்திலிருந்த வாஷ்பேசினைக் காண்பித்தாள். அவனுக்குக் கோபம் அதிகமாகியது. மனதிற்குள் 'சுத்தம் பாக்குறா சுத்தம்.. இன்னிக்கு இவள என்ன செய்யறேன் பாரு' என்று கறுவிக்கொண்டு வாஷ்பேசினில் கைகளைக் கழுவிவிட்டு அவளை நோக்கித் திரும்பினான்.

"ஹேண்ட் வாஷ் யூஸ் பண்ணியா?"

அவள் கேட்ட தொனியில் விக்ரம் தன் பொறுமையை இழந்தான். ஆனாலும் "ம்" என்று மட்டும் பதிலிட்டுவிட்டு நெற்றியில் விழும் முடியைக் கோதியபடி அவளெதிரே நின்றிருந்தான்.

"கம் வித் மீ" என்றவள், அருகிலிருந்த அறைக்குள் நுழைந்தாள்.

அவளைப் பின்தொடர்ந்த விக்ரம் அந்த அறையின் ஏசி காற்று முகத்தில் பட்டதும் அவனது கோபம் கொஞ்சம் குறைந்தது போல உணர்ந்தான். அந்தப் படுக்கையறை மிகப் பெரியதாக இருந்தது. அதன் நடுவே மிகப்பெரிய கட்டிலும் மெத்தையும் இருந்தன. ஊதா நிற வெல்வெட் படுக்கை விரிப்பும் அதிலிருந்த ட்யுலிப் பூக்களும் அவள் ஒரு ரசனைக்காரி என்பதை அவனுக்கு உணர்த்தின. படுக்கைக்கு நேர் எதிரே பெரியதொரு சோஃபாவும் அதன் முன் பிரம்பாலான டீபாயும் இருந்தன. அதில் உயர் ரக மது புட்டி ஒன்றும் ஒரு கண்ணாடித் தம்ளரும் ஒரு தண்ணீர் பாட்டிலும் இருந்தன. அஞ்சனா சோஃபாவில் அமர்ந்தபடி கால்களை டீபாயின் மீது வைத்துக்கொண்டாள்.

விக்ரம் தன் டிஷர்டை கழற்ற முயன்றபோது சைகையால் கழற்றாதே என்றாள். மதுபுட்டியிலிருந்து மதுவை ஊற்றிக்கொடு என்று சைகையிட்டாள். அவன் மதுபுட்டியைத் திறந்து கண்ணாடித் தம்ளரில் விஸ்கியை ஊற்றி நீட்டினான். பெற்றுக்கொண்டவள் ஒரு மிடறு குடித்து அதை டீபாயில் வைத்துவிட்டு எழுந்தாள்.

"உனக்கென்னடா வயசு?"

சட்டென்று டா என்றவுடன் அவனுக்கு மீண்டும் கோபம் பொத்துக்கொண்டு வந்தது.

"கொஞ்சம் மரியாதையா பேசுங்க."

சொல்லிவிட்டு சோஃபாவில் போய் உட்கார்ந்தான்.

"உன்னை நான் உட்காரச் சொல்லலையே விக்ரம்."

சொல்லிவிட்டு சத்தமிட்டு சிரித்தாள். ஸாரி என்றவன் சோஃபாவிலிருந்து எழுந்தான்.

“இப்ப நான் என்ன செய்யணும்?”

“கேட்ட கேள்விக்கு பதில் மட்டும்தான் சொல்லணும். எதிர்க்கேள்வி எனக்குப் பிடிக்காது புரியுதா மேன்?”

“என் வயசு இருபத்தெட்டு.”

“எத்தனை வருஷமா இருபத்தெட்டு.”

“போன மாசம் இருப்பத்தி ஏழாம் தேதியிலிருந்து.”

“உன்னைப் பார்க்க முப்பத்தெட்டு வயசு மாதிரி இருக்கே.”

“அதுக்கு நான் பொறுப்பாக முடியாது.”

“சரி.. டிஷர்ட்டை கழட்டிட்டு நில்லு.”

அவனுக்கு எரிச்சலாக இருந்தது. ஓர் இரவிற்கு பத்து லட்ச ரூபாய் என்றவுடன் யார் என்ன என்று விசாரிக்காமல் ஒத்துக்கொண்டான். அஞ்சனா என்கிற பெயரை குமார் சொன்னதும் நாற்பது வயதிற்குள் இருக்கும் என்றுதான் முதலில் நினைத்தான். ஆனால் அவளுக்கு அறுபது வயதிற்கு மேலிருக்கும் என்பதை வாசற்கதவைத் திறந்தபோதே உணர்ந்துகொண்டான். இந்தத் தொழிலில் எவ்வளவோ பார்த்திருக்கிறான். உடல் தேவைக்காக அழைப்பார்கள்; ஆனால் இரவெல்லாம் அழுது தீர்ப்பார்கள் அல்லது கட்டிக்கொண்டு இரு வேறெதுவும் தேவையில்லை என்பார்கள். வயது ஒரு பொருட்டில்லை என மனம் சொன்னபோதும் அஞ்சனாவிற்கு இந்த வயதில்... அதுவும் ஒரேயோர் இரவுக்கு ஏன் ஓர் ஆண் தேவைப்படுகிறான் என்கிற கேள்வி அவனுக்குள் எழுந்தது.

“ரொம்ப யோசிக்காத... டிஷர்டைக் கழட்டச் சொல்லி அஞ்சு நிமிஷம் ஆச்சு.”

அவளது குரல் சற்று உயர்ந்திருந்தது. டிஷர்டைக் கழற்றிவிட்டு வெற்று மேலுடம்புடன் நின்றிருந்தான். அவனது இடது மார்பில் பெரியதோர் எருதின் டாட்டூ இருந்தது. அந்த டாட்டூவையே வெறித்துப் பார்த்துக்கொண்டிருந்தாள். அவனுக்கு என்னவோ போலிருந்தது. ஏசியின் குளிர் காற்று மார்பில் பட்டவுடன் உடல் சிலிர்த்தது.

"என்ன பெர்ஃபியூம் யூஸ் பண்ற?"

"போலோ ஸ்போர்ட்"

"அது நல்ல பெர்ஃபியூமாச்சே... ஆனா உன் உடம்புல இருந்து வேற ஏதோ வாடை வருது... நாட்டு நாயோட வாடை மாதிரி"

சொல்லிவிட்டு சிரித்தாள். அவனுக்கு உடல் கூசியது. மனதுக்குள் கெட்ட வார்த்தையால் திட்டித் தீர்த்தான்.

"என்ன மனசுக்குள்ள என்னைத் திட்டியிருப்பியே?"

அப்படிக் கேட்டதும் என்ன பதில் சொல்லுவது என யோசித்தபடி நின்றிருந்தான்.

"நாயோட வாடைன்னா திட்டாம என்ன செய்யறது?"

"அப்படி எல்லாம் திட்டலன்னு சொல்லுவன்னு நெனச்சேன். ஆனா நிஜத்தைச் சொல்லிட்ட. குட். சரி... சோஃபாவுல போய் உட்கார்."

"ரொம்ப குளிருது... ஏசிய கொஞ்ச நேரம் நிறுத்தறீங்களா?"

வெற்று மார்புடன் சோஃபாவில் உட்கார்ந்தபடியே கேட்டான். தன் அருகே கிடந்த ஏசி ரிமோட்டை எடுத்து ஏசியை நிறுத்தினாள். ஏசியின் சத்தம் நின்றதும் அறையில் ஆழ்ந்த அமைதி நிலவியது. விக்ரம் தன் எதிரே இருக்கும் படுக்கைக்குப் பின்புறமுள்ள சுவரை அப்போதுதான் கவனித்தான். அதில் மிகப் பெரியதொரு கழுமரத்தின் ஒளிப்படம் இருந்தது. இதற்கு முன் இப்படியொரு ஒளிப்படத்தைப் பார்த்ததில்லை. அந்தக் கழுமரத்தின் கூர்மையான பகுதி மட்டும் மிளிர்வது போலிருந்தது. கழுவில் ஏற்றிக் கொல்வதைப் பற்றி எப்போதோ படித்தது நினைவுக்கு வந்தது. பார்வை அந்தக் கழுமரத்திலிருந்து கீழிறங்கி படுக்கைக்கு நகன்றபோது, அஞ்சனா கூர்மையான பார்வையுடன் அவனைப் பார்த்தபடியே அமர்ந்திருந்தாள்.

"எதுக்கு அதிகமா பணம் குடுத்தீங்கன்னு தெரிஞ்சுக்கலாமா?"

மனதிற்குள் குடைந்துகொண்டிருந்த கேள்வியைக் கேட்டுவிட்டு அவளைப் பார்த்தபடி சோஃபாவில் சாய்ந்து உட்கார்ந்தான்.

"நீ ஒரு கால்பாய். உனக்கு எதுக்குப் பணம் கொடுப்பார்கள்?"

“எதுக்குக் கொடுத்தீங்கன்னு கேட்கல. எதுக்கு அதிகம்னுதான் கேட்டேன்.”

எழுந்து சென்று அறையிலிருந்த பிரோவைத் திறந்தாள். அதற்குள்ளிருந்து உயர் ரக சிகரெட் ஒன்றை எடுத்து வந்து அவனிடம் நீட்டினாள்.

“இல்லை... பழக்கமில்லை.”

“உனக்குப் பழக்கமிருக்கான்னு கேட்டேனா? சிகரெட் கொடுத்தா மறுக்காம எடுத்துக்கணும். குமார் என் தேவைகள் பற்றிச் சொல்லலையா?”

அவனுக்கு எப்பொழுது விடியும் என்றிருந்தது. நேராக குமார் வீட்டிற்குப் போய் அவனுக்கு நான்கு அறை கொடுக்க வேண்டும் போலிருந்தது. அவனைச் சொல்லி குற்றமில்லை. எனக்கு பத்து லட்சம் என்றால் அவனுக்கு ஒரு லட்சம். பத்து பர்சன்ட் என்று நினைத்துக்கொண்டான்.

பிடிக்காத விஷயங்களைச் செய்வதற்கு விக்ரம் என்றுமே ஒத்துக்கொண்டதில்லை. ஆனால் குமார் போன்ற தரகர்கள் பணத்திற்கு ஆசைப்பட்டு இழுத்த இழுப்புக்கெல்லாம் விக்ரம் வருவான் என்று கஸ்டமர்களிடம் சொல்லிவிடுவதுண்டு. போன மாதம் நீலாங்கரையில் ஒரு வீட்டிற்குப் போயிருந்தான். அந்தப் பெண் தன் தேவை முடிந்ததும் இவன் காதில் கிசுகிசுத்தாள். துள்ளி எழுந்தவன்.. ‘ஐம் நாட் ஓ கே..’ என்று சொல்லிவிட்டு விறுவிறுவென்று அறையை விட்டு வெளியேறி வரவேற்பறைக்கு வந்து ஷூவை மாட்டிக்கொண்டிருந்தபோது, அந்தப் பெண்ணின் கணவன் எதிரிலிருந்த நாற்காலியில் உட்கார்ந்தபடி விக்ரமை வைத்த கண் வாங்காமல் பார்த்துக்கொண்டிருந்தான். வேகமாக அந்த வீட்டை விட்டு வெளியேறி காரிலிருந்து குமாருக்கு ஃபோன் செய்தான். அந்தப் பெண்ணிடம் அதிகமாக பணம் வாங்கிக்கொண்டு ‘விக்ரம் ஒரு பைசெக்ஷுவல் கை’ என்று குமார் அவளிடம் பொய் சொல்லியிருந்தது அப்போதுதான் தெரிந்தது. உலகின் அனைத்து மொழிகளிலுமுள்ள கெட்ட வார்த்தைகளால் அவனைத் திட்டித் தீர்த்தான் விக்ரம்.

“டேக் இட் யங் மேன்.”

அஞ்சனாவின் குரலில் இயல்புக்குத் திரும்பியவன் வேண்டா வெறுப்பாக சிகரெட்டை எடுத்துக்கொண்டான். கல்லூரியில் படிக்கும்போது ஒன்றிரண்டு முறை நண்பர்களின் வற்புறுத்தலில் சிகரெட் பிடித்தது ஞாபகத்திற்கு வந்தது. அஞ்சனா லைட்டரை நீட்டினாள். அதை வாங்கி சிகரெட்டைப் பற்ற வைத்துவிட்டு டீபாயில் லைட்டரை வைத்தான்.

பாம்புக்குட்டிகளைப் போல நெளிந்தபடி இருந்தது சிகரெட்டின் புகை.

சிகரெட்டை இழுத்தவுடன் தொடர்ந்து இருமல் வந்தது. நான்கைந்து முறை இருமியவன் ஜீன்ஸ் பாக்கெட்டில் கையை விட்டு அதிலிருந்த டிஷ்யூவில் ஒன்றை எடுத்து வாயைத் துடைத்துக்கொண்டான். அஞ்சனாவுக்கு அவன் இருமியது பிடித்தது.

“இன்னும் இருமுவேன்னு நெனச்சேன்.”

“ஏன் இருமிச் சாகணுமா நான்?” அவனது வார்த்தைகள் தடித்திருந்தன.

“இருமுனா செத்துற மாட்ட. ஹாவ் சம் வாட்டர்” என்றபடி டீபாயிலிருக்கும் தண்ணீர் பாட்டிலை நோக்கி விரலை நீட்டினாள்.

“நான் வந்த வேலையை ஆரம்பிக்கலாமா...”

அவனுக்கு சீக்கிரம் கிளம்ப வேண்டும் என்கிற எண்ணம் வரத் தொடங்கியிருந்ததை அஞ்சனா உணர்ந்துகொண்டாள்.

“நீ வந்து ஒரு மணிநேரம் கூட ஆகல. ஏழு மணி நேரத்திற்கு உன்னை புக் பண்ணியிருக்கேன். காலைல ஆறு மணி வரைக்கும் நமக்கு டைம் இருக்கு.”

சொல்லிவிட்டு அவனது கண்களை உற்றுப் பார்த்தாள். அவனுக்கு அதில் கொஞ்சமும் விருப்பமில்லை என்பதை அவனது கண்கள் காட்டிக்கொடுத்தன. அவளுக்கும் அதுதான் தேவையாய் இருந்தது.

“உன் பெயர் என்ன?”

“விக்ரம்.”

அவனுக்குப் பேசுவதில் விருப்பமில்லை. சலிப்புடன் அவள் கேட்கும் கேள்விகளுக்கு பதில் சொல்லிக்கொண்டிருந்தான்.

"உன் நிஜப் பெயரைக் கேட்டேன்."

"எந்தப் பெயரைச் சொன்னா நம்புவீங்க?"

"ஓங்க அம்மா அப்பா வெச்ச பெயரை."

"அது உங்களுக்குத் தேவையில்லாதது."

விக்ரம் சிகரெட்டை அணைத்துவிட்டு சோஃபாவிலிருந்து எழுந்தபடியே சொன்னான்.

"முதலில் உட்கார். என் அனுமதி இல்லாமல் நீ எழுந்திரிக்க முடியாது."

அவனுக்குப் புரிந்துவிட்டது. அவள் தன்னை டாமினேட் செய்ய விரும்புகிறாள். எத்தனையோ பெண்களிடம் சப்மிஸிவாக இருந்திருக்கிறான். அவர்கள் படுக்கையில்தான் புலியாக இருப்பார்களே தவிர இவளைப் போல வார்த்தையால் அதிகாரம் செய்ததில்லை. சரி இது ஒரு புது ரகம் போல என நினைத்துக்கொண்டு மீண்டும் சோஃபாவில் உட்கார்ந்தான்.

"தரையில் உட்கார்."

அவள் அப்படிச் சொன்னதும் எதுவும் பேசாமல் சோஃபாவிலிருந்து இறங்கி படுக்கையின் அருகே தரையில் உட்கார்ந்தான். இப்போது அவனிடம் கோபமும் எரிச்சலும் இல்லை. இனி அவனை வார்த்தையால் குத்த முடியாது என்பதைப் புரிந்துகொண்ட அஞ்சனா அவனது தலைமீது தன் பாதத்தை வைத்தாள். இதைச் சற்றும் எதிர்பார்க்காதவன் சட்டென்று விலக... அவளது பாதம் அவனது மார்பில் உரசி கீழே போனது.

"உனக்குக் கோபம் வரலையா?"

"உன் முடிய கொத்தா பிடிச்சு நாலு அறை கொடுக்கணும் போல இருக்குடி.. ஓல்ட் பிட்ச்."

மனசுக்குள் அவளைத் திட்டியவன் பதிலேதும் பேசாமல் அமர்ந்திருந்தான்.

"என் பக்கத்தில் வந்து உட்கார்."

சொல்லிவிட்டு ஒரு தலையணையை எடுத்து முதுகுக்குக் கொடுத்தபடி சுவரில் சாய்ந்து படுக்கையில் உட்கார்ந்துகொண்டாள்.

அவள் அருகே சென்று அமர்ந்தான். அப்போதுதான் அவளது உடலிலிருந்து எழுகின்ற வாசத்தை நுகர்ந்தான். அந்த நறுமணத்தை அவன் இதற்கு முன் எங்குமே நுகர்ந்ததில்லை. பெர்ஃபியூம் வாசம் மாதிரியும் இல்லை. இது வேறு ஏதோவொன்று. அவளிடம் கேட்கலாம் என்று நினைத்தவன் கேட்டால் மட்டும் சொல்லிவிடவா போகிறாள் என்று நினைத்துக்கொண்டு அமைதியாக உட்கார்ந்திருந்தான்.

“எப்படி இந்தத் தொழிலுக்கு வந்த விக்ரம்?”

“ஐ நீட் மணி.”

இது அவன் சந்திக்கும் பெண்கள் அத்தனைபேரும் கேட்கும் கேள்வி என்பதால் சற்றும் யோசிக்காமல் தன் இடக்கை நகங்களைப் பார்த்தபடியே பதில் சொன்னான்.

“ஏன் அதிகமா கொடுத்தேன்னு கேட்டல்ல. உன் போட்டோவை பார்த்தேன். உன் கண்கள் எனக்குப் பிடிச்சிருந்துச்சு. அதான் அதிகம் குடுத்தேன்.”

அவனது கண்களைக் கூர்ந்து பார்த்தபடியே சொன்னாள்.

“இதுமாதிரி நிறைய கேட்டாச்சு, எல்லாம் இப்படித்தான் ஆரம்பிக்கும் அப்புறம் எல்லாம் முடிஞ்சதும் சீ... சீக்கிரம் இடத்தை காலி பண்ணுடான்னு விரட்டுவாங்க... நான் பார்க்காததா....!”

சலிப்புடன் சொல்லிவிட்டு தொங்குகின்ற கழுவின் ஒளிப்படத்தில் பார்வையை நிறுத்தினான். அவள் சத்தமாக சிரித்தாள். எதற்காக சிரிக்கிறாள் என அவனுக்குப் புரியவில்லை. சிரித்துவிட்டுப் போகட்டும் என்பது போல உட்கார்ந்திருந்தான்.

“என் காலை மசாஜ் செய்துவிடு.”

சொல்லிவிட்டு கால்களை அவனது மடியில் எடுத்து வைத்தாள். கால் முட்டியிலிருந்து பாதம் வரை மெதுவாக அழுத்திவிட்டான். அவள் கண்களை மூடியபடி படுத்திருந்தாள்.

பதினைந்தாவது வயதில்தான் அவள் முதன்முதலாக அந்த நகரத்தில் காலடி எடுத்து வைத்தாள். எல்லாம் புதியதாக இருந்தது. அவளை மணம் முடித்து மும்பைக்கு அழைத்து வந்தவன் ரயில் நிலையத்தின் அருகேயிருந்த லாட்ஜில் விட்டுவிட்டு இன்னும்

ஒருமணி நேரத்தில் வருகிறேன் என்று போனவன் திரும்பவே இல்லை. பயணக் களைப்பில் அசந்து உறங்கியவள் இருமியபடியே எழுந்தாள். அறை முழுவதும் சிகரெட்டின் புகை மண்டியிருந்தது. அவளது படுக்கையின் எதிரேயிருந்த நாற்காலியில் ஒரு கிழவன் உட்கார்ந்திருந்தான். அவள் விழித்தவுடன் சிகரெட்டைத் தூர எறிந்துவிட்டு அவள்மீது பாய்ந்து கன்னத்தில் படார் படார் என அறைந்தான். இதைச் சற்றும் எதிர்பார்க்காதவள் அவனைத் தள்ளிவிட்டு எழ முயன்றபோது இடுப்பிலிருந்து இரும்புக் கம்பியை எடுத்து அவளது தலையில் ஓங்கி அடித்தான்.

மயக்கம் தெளிந்தபோது அவளால் அசைய முடியவில்லை. உடலெங்கும் வலி ஒரு பாறாங்கல்லைப் போல கனத்திருந்தது. அதன் பிறகு அவளது வாழ்வே மாறிப் போனது. மும்பையின் சிவப்பு விளக்குப்பகுதியில் தன்னைப் போலவே ஏராளமானவர்கள் இருப்பதைப் பார்த்தபோது இனி இதுதான் வாழ்வு என நினைத்து தினம் தினம் உடைந்தழுதாள்.

முப்பத்தியெட்டு வயது வரை அனுதினமும் அவள் சந்தித்த விலங்குகளின் எண்ணிக்கை கணக்கிடமுடியாமல் போனது. அவளைச் சந்திக்கும் மனிதர்களின் வாடையைக் கொண்டே அவர்களுக்குப் பெயரிடுவாள். பன்றி, தெருநாய், சேற்றெருமை, கிழட்டு ஓநாய், நொண்டிச்சிறுத்தை என அம்மிருகங்களின் பட்டியல் நீளமானது.

ஒவ்வொரு மிருகத்திற்கும் தன்னுடலைக் கொடுக்கும் கணங்களில் அம்மிருகத்தின் வாடை தன்மீது ஒட்டிக்கொண்டு கழுத்தை நெரிப்பது போலிருக்கும். அப்பொழுதெல்லாம் சன்னல் வழியே தெரியும் மும்பை நகரின் இரவுச் சாலையும் அதில் விரையும் வாகனங்களை எண்ணிக்கொண்டே அம்மிருகங்களை மனதிற்குள் திட்டியபடியே கிடப்பாள். அது மட்டுமே மனதை திசை திருப்புவதாக இருந்தது.

தன் இருபத்தி ஒன்பதாவது வயதில் அவள் சந்தித்த மிருகமொன்றிற்கு ஆட்டுக்குட்டி எனப் பெயரிட்டாள். அது வாடையால் வந்த பெயர் அல்ல. நண்பர்களால் அந்தப் பகுதிக்கு வலுக்கட்டாயமாக வந்த மிருகம் அது. நாற்பத்தி மூன்று வயதிலும்.. மரித்த தன் மனைவியின் நினைவால் வாழும் அம்மிருகத்திடம் முதன்முதலாக தன் மனதைக் கொடுத்தாள். ஆட்டுக்குட்டிதான்

அந்தச் சேற்றிலிருந்து அவளை மீட்டெடுத்து சென்னைக்குக் கூட்டி வந்தது.

இனியொரு புதிய வாழ்வை நினைத்தவளின் எண்ணத்தில் சம்மட்டியால் அடித்தது வாழ்க்கை. ஆட்டுக்குட்டி சென்னையின் பிரபல பெண் புரோக்கர் என்பது தெரிந்ததும் உடைந்து போனாள். அது ஆட்டுக்குட்டி அல்ல குள்ளநரி என்பதும் அவளுக்கு விளங்கியது. அன்றிலிருந்து முப்பத்தைந்தாவது வயதுவரை வெவ்வேறு மிருகங்கள் அவளுடலை ருசித்தபடியே இருந்தன.

எதற்காக இந்தப் பிறப்பு, எதற்காக இந்த வாழ்க்கை என நொடிந்திருந்த நாளொன்றில் சந்தித்த, பெரும்பணம் படைத்த முதியவர் ஒருவர், அவளைத் தனதாக்கிக்கொள்ள விரும்பியதும் புரோக்கரிடம் பெரிய தொகையொன்றைக் கொடுத்ததும் அவள் இருப்பிடம் மாறியதும் ஒரே வாரத்தில் நிகழ்ந்தன. அவள் எதுவும் பேசாமல் அந்தப் பெரியவரின் பின்னே சென்றாள். முதன்முதலாக கட்டுக்கட்டாய் பணத்தைத் தொட்டுப் பார்த்தாள். அது அவளுக்குத் தந்த கிளர்ச்சியும் மகிழ்வும் அதுவரை அவள் அனுபவித்ததேயில்லை.

அந்தப் பெரியவருக்கு உறவென்று யாருமில்லை. அவர் சாகும் முன் சொத்து முழுவதையும் அவளுக்கே எழுதி வைத்தார். தன்னுடைய ஐம்பதாவது வயதில் அவரை இழந்தபோது எவ்வளவு முயன்றும் அவளுக்கு கண்ணீர் வரவில்லை. அவர் விட்டுச்சென்ற மிதமிஞ்சிய பணத்தை ஒவ்வொரு ஞாயிற்றுக்கிழமையும் ஒரு விலங்கைச் சந்திப்பதற்காகச் செலவிட்டு வந்தாள்.

தன் காலை அழுத்திவிடும் விக்ரமின் கையில் வழிகின்ற வேர்வைத் துளிகளைப் பார்த்துக்கொண்டே இருக்க வேண்டும் போலிருந்தது.

"ஏசியில கூட உனக்கு வேர்க்குதே?"

"இரண்டு மணி நேரமா அழுத்திவிடுறேனே அதான் வேர்க்குது."

அவன் களைப்பாக இருக்கிறான் எனத் தெரிந்தது.

"மனசுக்குள்ள எத்தனை முறை என்னை ஓல்ட் பிட்சுன்னு திட்டின விக்ரம்?"

அவள் கேட்டதும் திடுக்கிட்டவன் எப்படி இவள் மிகச் சரியாக

கணித்தாள் என்று நினைத்துக்கொண்டே நெற்றியில் வழிகின்ற வியர்வைத் துளிகளை இடது கையால் துடைத்தான்.

“அப்படி எல்லாம் திட்டல மேம்”

“ஏன் பொய் சொல்ற விக்ரம். உன் இடத்துல நானிருந்தா திட்டதான் செய்வேன். சரி படுக்கையிலிருந்து இறங்கு. அந்த சோஃபாவுக்குக் கீழே ஒரு பாய் இருக்கும் அதில் படுத்துக்கொள். இப்போ நான் தூங்கணும்.”

“தூங்கணுமா... அதுக்கு ஏன் என்னை வரச் சொன்னீங்க?”

புலம்பியபடியே பாயை எடுத்து விரித்து அதில் படுத்துக்கொண்டான்.

சிறிது நேரத்தில் உறங்க ஆரம்பித்த விக்ரமின் கனவில் கழுமரத்தில் தன்னுடலை அஞ்சனா ஏற்றி தன்னுடலெங்கும் ரத்தம் கசிவதாக உணர்ந்து திடுக்கிட்டு எழுந்து உட்கார்ந்தான். அவனது இதயத்துடிப்பு அதிகமாகியது.

அப்போது அவள் உடலிலிருந்து கசிந்த வாடை மலைப்பாம்பின் வாடையை ஒத்திருந்தது. அது அவனது கழுத்தைச் சுற்றிக்கொண்டு மெதுவாய் நெரிக்கத் தொடங்கியபோது அஞ்சனா நிம்மதியாக உறங்க ஆரம்பித்தாள்.

★

ராஜேஷ் வைரபாண்டியன் தூத்துக்குடி மாவட்டத்திலிருக்கும் சாயர்புரம் எனும் ஊரின் அருகேயிருக்கும் நடுவைக்குறிச்சியை சேர்ந்தவர். நிலாரசிகன் என்கிற புனைப்பெயரில் கவிதை, சிறுகதை, கட்டுரை மற்றும் விமர்சனங்களை 2018 வரை எழுதி வந்தார். அதன்பின்னர் தன் சொந்தப் பெயரில் எழுதி வருகிறார். தகவல் தொழில்நுட்பத்துறையில் பணிபுரிந்து வரும் இவரது படைப்புகள் பல்வேறு இலக்கிய இதழ்களில் வெளியாகி வருகின்றன. இதுவரை நான்கு கவிதைத் தொகுப்புகள், இரண்டு சிறுகதைத் தொகுப்புகள், ஒரு சிறார் நாவல், ஒரு குறுநாவல் மற்றும் ஒரு நாவல் எழுயிருக்கிறார்.

இவரது 'வேனிற் காலத்தின் கற்பனைச் சிறுமி' கவிதைத் தொகுப்பு சிறந்த கவிதைத் தொகுப்புக்கான சுஜாதா விருதும், பிரமிள் விருதும் பெற்றது. இவரது குறுநாவல் 'வேங்கை வேட்டை' ஸீரோ டிகிரி 2023 இலக்கியப் போட்டியில் முதல் பரிசைப் பெற்றது.

ஈர்ப்பு விதியை (Law of Attraction) மையப்படுத்தி ஐந்து நூல்கள் ஆங்கிலத்தில் எழுதி இருக்கிறார். 361 டிகிரி, உதிரிகள் என இரு சிற்றிதழ்களின் ஆசிரியர்.

வலைத்தளம்: www.rajeshvairapandian.com

www.ingramcontent.com/pod-product-compliance
Lightning Source LLC
LaVergne TN
LVHW060125051026
849517LV00007B/2404
* 9 7 8 9 3 9 5 5 1 1 5 6 8 *